रहस्य...
मानवी जन्ममृत्यूचे!

मृत्यू : अनुभव एका पवित्र आत्म्याचा!

जगन्नाथ केशव माने

#AnyoneCanPublish with
सकाळ प्रकाशन

#AnyoneCanPublish with
सकाळ प्रकाशन

Rahasya... Manavi janmamrutyuche!
Jagannath Keshav Mane, 2025

रहस्य... मानवी जन्ममृत्यूचे!
जगन्नाथ केशव माने, २०२५

प्रथम आवृत्ती : फेब्रुवारी २०२५

प्रकाशक : सकाळ मीडिया प्रा. लि.
५१५, बुधवार पेठ, पुणे-४११ ००२

मुखपृष्ठ, मांडणी आणि मुद्रितशोधन : सारद मजकूर, पुणे

मुद्रणस्थळ : विकास प्रिंटिंग ॲण्ड कॅरिअर्स प्रा. लि.
प्लॉट नं. ३२, एमआयडीसी, सातपूर,
नाशिक

ISBN : **978-93-48048-12-7**

अधिक माहितीसाठी : ०२०-२४४० ५६७८ / ८८८८८४९०५०
sakalprakashan@esakal.com

गुरुवर्य श्री. यशवंत दत्तात्रय लिमये यांना अर्पण...

विनंती

सदर पुस्तक अध्यात्मावर आधारित आहे. त्यामुळे वाचकांच्या मनातील विविध समस्यांवरचे समाधान त्यांना अध्यात्मातून मिळेल. त्यासाठी काही पुस्तकांची संदर्भ सूची यात दिलेली आहे. सदर पुस्तके वाचकांच्या शंकांचे निश्चित निरसन करतील. या पुस्तकात दिलेली बहुतांश माहिती अध्यात्मातून आलेली असून ती मी सिद्ध करू शकत नाही, तरी सदर पुस्तक एकाग्रतेने वाचल्यास आपणास वेगळ्या विश्वात जाऊन आल्याचा भास होईल. कदाचित सलग तीन दिवस वाचन केल्यास एखादी शोधशक्तीही जागृत होईल. आपणास पुस्तक आवडले नाही किंवा यातील काही कल्पना अमान्य वाटल्या, तर वाचून सोडून द्याल.

– जगन्नाथ केशव माने

मनोगत

आदरणीय वाचकहो,
स.न.वि.वि.
सदरचे छोटे पुस्तक माझ्या विचारांचा एक भाग आहे. या पुस्तकात मी तत्त्वज्ञान, मानसशास्त्र, विचारशास्त्र आणि वैज्ञानिक दृष्टिकोन यांचा समन्वय साधून लेखन केले आहे. भारतीय संस्कृतीमध्ये स्वर्ग, मृत्यू आणि मृत्यूचा अनुभव याविषयी अनेक लोकांनी, विचारवंतांनी विविध कल्पना, विचार मांडले असून ते कोणत्याही धर्माच्या विरोधात नाहीत. त्यामुळे केवळ मनोरंजन म्हणून हे पुस्तक वाचा, बस! एवढे आणि इतकेच!

भारतीय संस्कृतीमध्ये दोन वर्ग आहेत. त्यांपैकी एक वर्ग 'देव आहे' असे मानतो, तर 'देव नाही' अशी दुसऱ्या वर्गाची धारणा आहे. काही बुद्धिजीवी विचारवंतांनी याचा विपर्यास करून असे लेखन केले, की देवाला न मानणारा वर्ग दैत्याला किंवा सैतानाला मानणारा वर्ग असावा. त्यातून देव आणि दैत्य या संकल्पना अस्तित्वात आल्या. परिणामी यातूनच 'धर्म' ही संकल्पना अस्तित्वात आली आणि त्यासोबतच धर्माची स्थापना करून धर्मग्रंथ लिहिणारे धर्मसंस्थापक आणि त्या धर्माचा प्रचार आणि प्रसार करणारे धर्मानुयायीसुद्धा निर्माण झाले. हे बुद्धिजीवी लोक धार्मिक तत्त्वांचा व नियमांचा विज्ञानाशी मेळ घालण्याचा प्रयत्न करतात आणि धार्मिक तत्त्वज्ञानाला जर विज्ञानाने मान्यता दिली, तरच ते त्या तत्त्वांना, नियमांना मान्यता देतात. या विचारातूनच 'ॲग्नोस्टिक', 'एथियिस्ट', 'थियस्ट' आणि 'सायंटिफिक प्रूफ' या चार संकल्पना उदयास आल्या. आणि या संकल्पनातच संपूर्ण जग गुंफले गेले आहे.

काय आहेत या विचारधारा?

Agnostic : Agnostic and antheists are antheistic because they do not hold a belief in the existence of any deity and are agnostic because they claim that the existence of a deity is either unknowable in principle or currently `unknown` or in fact.

Theist : A person who believes in the existence of a god or gods, especifically of a creator who intervenes in the universe.

Scientific proof: Proof is a fact, argument, or piece of evidence which shows that someting is definitely exist.

या चारही बाबी विचारात घेऊन मी लेखन केले आहे. या बाबतचा वैज्ञानिक दृष्टिकोन तपासून यूट्युबवर काही व्हिडिओ पाहिले. त्यामधील कथन आणि मी केलेले लेखन यात साम्य वाटले. मी एक सामान्य माध्यमिक शिक्षक आहे. मात्र एका महाभयानक अनुभवाला मी सामोरा गेलो. सन २०११मध्ये मला नैराश्याने घेरले होते. त्यामुळे मी मनोरुग्ण झालो होतो. कालांतराने यातून बराही झालो. यासाठी मी मानसशास्त्रीय उपचार घेतले. काही देवांची आराधनाही केली. एका ज्योतिषाने सांगितल्याप्रमाणे तीन दिवसांची पूजाही केली. काही मांत्रिक लोकांकडून उपायही केले. त्यानंतर माझ्या लक्षात एक गोष्ट आली, की देव आणि भक्त यांच्यामध्ये तिसरी निगेटिव्ह शक्ती कार्यरत आहे. जादूटोणा किंवा काळी विद्या (ब्लॅक मॅजिक) यांच्या साहाय्याने सामान्य माणसांना वश करता येते. म्हणजेच त्यांच्या मेंदूवर ताबा मिळवता येतो ; पण यातून मुक्ती मिळवण्यासाठीही एक शक्ती कार्यरत असते, जिला 'दैवी शक्ती' असे म्हटले जाते. हीच शक्ती आपल्याला मदत करत असते. त्यासाठी निश्चितच तुम्हाला थोडा वेळ द्यावा लागतो. मला देवाचे अस्तित्व जाणून घेण्यासाठी जवळपास सात वर्षे लागली. त्यानंतर मला समजलेल्या देवाची मी भक्ती करू लागलो. दरम्यान अध्यात्मासाठी ध्यानसाधना (मेडिटेशन) आत्मसात करणे गरजेचे आहे, हे लक्षात आले. 'ध्यान साधना' शिकण्यासाठी मला साधारण एक वर्ष लागले. नंतर मात्र मला ध्यानसाधनेत समाधी लागू लागली. सुरुवातीला ही समाधी पंधरा मिनिटे, नंतर तीस मिनिटे, त्यानंतर एक तास लागू लागली. समाधी म्हणजे सम + आधी. इंग्रजीत 'सम' म्हणजे टुगेदर विथ आणि आधी म्हणजे लॉर्ड ऑर गॉड.

'समाधी' म्हणजे ध्यान अवस्थेत जाणे. Together with god, or union with god. आपण परमेश्वरात विलीन होणे. या वेळी आपल्या शरीरातील भौतिक क्रिया आपोआप होतात. या ध्यानसाधनेतून मला अनेक गोष्टी

समजल्या. जन्माचे रहस्य समजले. मृत्यूचा अनुभव घेता आला. मृत्यू होणाऱ्या व्यक्तीचे मरणावेळचे सचित्र स्वरूप अनुभवयास मिळाले. या पुस्तकांमध्ये दोन व्यक्तींचा मृत्यू अनुभव नमूद केला आहे. आपण किमान कुतूहलापोटी का होईना हे पुस्तक अवश्य वाचावे. वाचकांना विविध अज्ञात गोष्टी ज्ञात होतील, यात शंका नाही.

- जगन्नाथ केशव माने

प्रस्तावना

'रहस्य मानवी जन्म-मृत्यूचे' या पुस्तकाचे लेखन एका सेवानिवृत्त माध्यमिक शिक्षकाने केले आहे. शैक्षणिक कार्य संपल्यानंतर जीवनात घडलेल्या काही घटनांच्या परिणामांमुळे लेखकाला अनामिक शक्तींनी एका अज्ञात विश्वात खेचून नेले. त्यातून लेखकाला जे अनुभव आले, ज्या काही घटनांचा साक्षात्कार झाला, त्याचे निखळपणे वर्णन कागदावर उतरवण्याचा प्रामाणिक प्रयत्न या पुस्तकात लेखकाने केला आहे.

विज्ञानला हजारो वर्षे आश्चर्यात पाडणारी गूढ गोष्ट म्हणजे रहस्य होय. जन्म, मृत्यू यापलीकडील घडामोडीची, जगाची माहिती अद्याप अज्ञात आहे. ती ज्ञात झाली की रहस्य उलगडले असे समजावे. आत्मा, सामान्य आत्मा आणि पवित्र आत्मा आणि पुनर्जन्म या अज्ञात गोष्टी ज्ञात करून घेण्यासाठी झालेला प्रयत्न हा एक स्वतंत्र विचारांचा भाग आहे. लेखन करणाऱ्या व्यक्तीला जे पटले, ते त्यानी लिहून काढले. लेखकाने तत्त्वज्ञान, मानसशास्त्र, विचारशास्त्र, वैज्ञानिक दृष्टिकोन यांचा समन्वय साधून हे लेखन केले आहे.

जीवनात आलेले अनुभव, स्वप्नातील आभास आणि अध्यात्मातून मिळालेले ज्ञान याचे मिश्रण म्हणजे जीवन होय. आपणच आपल्याला चांगले किंवा वाईट घडवू शकतो आणि ती शक्ती परमेश्वराकडून आपल्याला जन्मतः मिळालेली आहे. प्रत्येक व्यक्ती स्वतःच्या भाग्याचा विधाता आहे. मानवी स्वभाव सत्त्व, रज आणि तम या तीन गुणधर्मांत गुंफला आहे आणि हेच गुणधर्म भारतीय परंपरेचे वारस आहेत. कर्म म्हणजेच मनुष्य धर्म होय. परमेश्वराने मानवाला सुष्ट आणि दुष्ट यातील भेद ओळखण्याची शक्ती दिली आहे. 'जसे कर्म तसे फळ' हा सृष्टीचा नियम असल्यामुळे जन्म आणि पुनर्जन्म सिद्धांत उपयुक्त ठरतो. या पुस्तकाचे लेखन सोळा भागांत केले गेले आहे. त्यामुळे वाचनाची उत्सुकता टिकून रहस्यमय बाबींचे ज्ञान जाणून घेण्याची ओढ निर्माण होते.मानवी जीवन अर्थपूर्ण आहे आणि मानवाने ते अर्थपूर्ण होण्याकरता जीवन कसे जगावे याबाबतचे आकलन या पुस्तकातून होते. भूतकाळातील चुकांची

दुरुस्ती वर्तमानकाळात केली, तर भविष्यकाळ उज्ज्वल आहे, असे समजून घेऊन या जन्मातील पाप-पुण्याचा भार पुढच्या जन्मावर सोपवून न देता बॅलेन्स करून मृत्यूला सामोरे जाणे, हे या जन्माचे सार्थक ठरेल!

या पुस्तकात आलेले मृत्यूनंतरचे प्रवासवर्णन वाचकाला वेगळ्या विश्वात घेऊन जाते. 'न्याय निवाडा केंद्र' म्हणजेच 'गुरुमंडल' आणि त्याचे प्रमुख विश्वनिर्माते म्हणजेच 'परमात्मा' यांचे ज्ञान वाचन करताना आपोआप होते. तेथील कार्यकारी सदस्य व प्रत्यक्ष न्यायनिवाडा याचे दर्शन मानसशास्त्राच्या मानवी पटलावर होते.बिनटाक्याचे ऑपरेशन करणारे सर्जन डॉ. अ‍ॅलेक्स ऑर्बिटो (हिलिंग सर्जन) तसेच त्यांच्या पत्नी डॉ. अ‍ॅलेक्स बीटीशाईन यांनी केलेल्या रहस्यमय लेखनाची आणि त्यांच्या अविस्मरणीय कार्याची ओळख, व्यक्तीला मृत्यू येण्यापूर्वीचे दहा दिवस, मृत्यूनंतरचे दिवस, जन्म, पुनर्जन्म प्रक्रिया, अध्यात्मातून मिळालेले रहस्यमय ज्ञान वाचकांसमोर ठेवण्याचा प्रयत्न लेखकाने केला आहे. 'स्वर्ग-नरक' या संकल्पना आणि त्याचे वास्तवरूप या पुस्तकात आढळेल. गुरुवर्य केशव तुकाराम जोशी आणि सोपान शिंदे गुरुजी यांचा मृत्यू अनुभव सहजतेने मांडला आहे. देवदूत तिबेटियन लांबा यांचे कार्य व वास्तव्य याचे वर्णन जगातील अनेक रहस्यांचा उलगडा करते. त्या बाबतची चर्चाही या पुस्तकात आलेली आहे. प्रश्नांबाबत एकाग्रता व त्यावर उपाय शोधण्यासाठी आपली सर्व जागृत इंद्रिये एकाग्रचित्तेने एकवटल्यास नवीन शोधशक्ती जागृत होते आणि आपल्या अडलेल्या प्रश्नाचे आपोआप उत्तर मिळते. यालाच पृथ्वीवर संशोधनातून वैज्ञानिक नियम, प्रयोग सिद्ध करून दाखवला असे म्हणतात.

'आत्मा', 'परमात्मा', 'पवित्र आत्मा', 'भौतिक शरीर व पारदर्शक शरीर', 'स्वर्ग', 'नरक', 'पाप-पुण्य', 'पतिव्रता आणि पातिव्रत्य', 'योग आणि भोग' या नवीन संकल्पनांना या पुस्तकात उजाळा दिला आहे. पाच शास्त्रज्ञ व त्यांचे शोध व त्यामागचे अधात्म याचे वर्णन या पुस्तकात वाचायला मिळते. 'जीवनाचे रहस्य', 'परमात्मा दर्शन', 'कौटुंबिक सुख व वैयक्तिक सुख', 'भावनिक सुख' याबाबतचीही माहिती वाचकांना समजेल.विज्ञानयुगात सर्व माहितीवर विश्वास बसेलच, असे नाही. मात्र संबंधित विषयाचे कुतूहल म्हणून वाचन केल्यास नक्कीच सात्त्विक समाधान मिळेल!

– **कमल र. चव्हाण**
सेवानिवृत्त शिक्षिका, सांगली

अनुक्रमणिका

प्राचीन भारतीय समाज

'मेल्याशिवाय स्वर्ग दिसत नाही.' ही आपल्याकडे एक प्रचलित म्हण आहे. या म्हणीचा अर्थ शोधण्याचा प्रयत्न केला, तर पहिल्यांदा आपल्याला हे मान्य करावे लागते ते म्हणजे मरणे ही एक प्रक्रिया आहे. या प्रक्रियेत सध्याच्या शरीरातून एक अशी शक्ती निघून जाते आणि शरीराच्या सर्व क्रिया बंद पडतात. हालचाल बंद होते, श्वासोच्छ्वास बंद पडतो. शरीर थंड पडते आणि त्या व्यक्तीचा पृथ्वीवरील लोकांशी असणारा संपर्क तुटतो. निस्तेज आणि थंड पडलेल्या भौतिक शरीराची विल्हेवाट लावणे आवश्यक असते. त्यामुळे प्रत्येक समूह आपआपल्या रीतीरिवाजाप्रमाणे त्या मृतदेहावर अंत्यविधी करून भौतिक शरीर नष्ट करतात.

आपल्या पूर्वजांनी मरणाबाबत बऱ्याच संकल्पना मांडल्या आहेत. यासाठी तीन देव निर्माण केले आहेत. जन्म देणारा ब्रह्मदेव. या पृथ्वीवरील जीवांचे पालनपोषण करणारा देव म्हणजे विष्णूदेव. रोजच्या कार्यकामात देव विष्णू आपल्याला सहकार्य करतो, थोडक्यात जीवनभर आपणास जगवतो. या विश्वातून आपणास मुक्ती देतो. आपल्याला मृत्यू देतो तो देव महेश. त्याबाबतचे वर्णन अनेक धर्मग्रंथांतून, पुस्तकांतून आलेले आहे. त्याचप्रमाणे यमदेवतेचेसुद्धा वर्णन आपणास वाचायला मिळेल. यमदेवतेला 'न्यायदेवता' म्हणून संबोधले आहे. एवढेच नाही, तर यमदेवतेचे कामसुद्धा नमूद केले आहे. यमदेवतेचे वाहन रेडा आहे. या रेड्यावर बसून यमदेवता येते आणि मानवी शरीरातील आत्मा घेऊन जाते. एवढ्या माहितीवरून अनेक कथा निर्माण केल्या गेल्या आहेत. 'कथा सती

सावित्रीची' ही त्यापैकीच एक लोकप्रिय कथा आहे. ब्रह्मा, विष्णू आणि महेश या तीन देवांना वास्तविक जीवनात आणून त्या देवाचे महत्त्व वाढवले आहे. या देवतांची मंदिरे उभारली आहेत. त्यांच्याविषयीच्या वर्णनातून त्यांची चित्रे, आकृत्या निर्माण करण्यात आल्या. नंतर त्याच्या मूर्ती बनवल्या. पुढे या मूर्तींचे दगडी मूर्तींत रूपांतर केले आणि त्या मूर्तीरूपाने भव्य मंदिरे निर्माण झाली. लोक त्या मूर्तींची पूजा करू लागले. त्यांच्यासमोर प्रार्थना करू लागले. यातूनच भजने, देवाची आरती, पूजागीते निर्माण झाली. विविध समुदायांनी बनलेल्या भारत देशांमध्ये तर त्या त्या समुदायाच्या कल्पनेप्रमाणे अनेक देव निर्माण झाले. त्यातून त्यांची मंदिरेही बांधण्यात आली. काही धार्मिक पुस्तकांमध्ये भारतात एकूण ३३ कोटी देव आहेत असे वर्णन आढळते.

प्राणप्रतिष्ठा

प्राणप्रतिष्ठा हा एक विधी आहे. या विधीमुळे दगडी किंवा मातीच्या मूर्तीमध्ये देवत्त्व येते. या विधीनंतर ज्या मूर्तीची स्थापना मंदिरामध्ये केली आहे, त्या मूर्तीची पूजा केल्यास भक्तांची इच्छा पूर्ण होते, असा समज फार प्राचीन काळापासून चालत आलेला आहे. लोक मोठ्या भक्तिभावाने मंदिरात जाऊन पूजा करतात. यातून मंदिरात दानपेटी आली आणि त्यात लोकांनी दान म्हणून दिलेल्या पैशांचा व्यवहार सुरू झाला आहे. आज भारतात अशी काही मंदिरे आहेत जी अत्यंत श्रीमंत बनली आहेत. या मंदिर व्यवस्थापन करणाऱ्यांकडून मंदिराला मिळणाऱ्या पैशाचे मोजमाप करण्यासाठी काही लोक पगाराने ठेवली आहेत. या मंदिराची संपत्ती इतकी प्रचंड आहे की, भारताच्या एका पंचवार्षिक योजनेचा खर्च पूर्ण करू शकेल. या मंदिरावर सरकारचे बंधन नाही, त्या मंदिराचे पुजारी मालक झाले आहेत.

मंदिर, पुजारी आणि भक्त यामध्ये देवाच्या नावाने भावनिक बाजार सुरू आहे. ज्या पुजाऱ्याने त्या मंदिरात प्राणप्रतिष्ठा केली त्यालाही माहीत नसते की, त्या मूर्तीमध्ये देवत्त्व प्राप्त झालेले आहे किंवा नाही, मात्र या मंदिरांमुळे पुजाऱ्यांच्या उदरनिर्वाहाची व्यवस्था झाली आहे. त्यांची मुले उच्चशिक्षित आहेत. परदेशात शिकत आहेत.

आज समाजात गरीब आणि श्रीमंत यांच्यातील दरी वाढली आहे. त्यामुळे मंदिर म्हणजे देवाचे राहण्याचे ठिकाण असा समज लोकामध्ये रूढ झाला; परंतु मंदिरात 'पूजा-भक्त' पूजेत पारंगत झाला आणि त्याला देव दर्शन झाले हे

क्वचितच वाचनात आले. जर देव आहे व देवाचे अस्तित्त्व आहे, तर सामान्य व्यक्तीला देवाचे दर्शन का झाले नाही? हा विचार सामान्य व्यक्तीच्या मनात केव्हाही आलेला नाही. शिक्षणाचा हक्क ब्राह्मण समाजात जन्मास आलेल्या व्यक्तीला मिळाला होता. इतर लोकांना कायद्याने व सक्तीने शिक्षणापासून वंचित ठेवले गेले होते. त्यांना गुलाम बनवून त्यांच्यांवर गुलामी लादली. शेती उत्पादक लोकांना मंदिर व देवभक्तीत गुंतवून ठेवले. त्यामुळे प्राणप्रतिष्ठा करून मंदिरात बसवलेल्या मूर्तीमध्ये देवत्त्व आहे किंवा नाही हा संशोधनाचा भाग आहे; परंतु वैज्ञानिक दृष्टिकोन समोर ठेवून विचार केल्यास देव मंदिरात नाही हे निश्चित होते.

स्वर्ग-नरक संकल्पना

जगातील प्रत्येक व्यक्तीने कोणावरही अन्याय-अत्याचार करू नये. स्वतःच्या ताकदीचा उपयोग समाजोपयोगी कारणांसाठी व्हावा, या हेतूने पूर्वजांनी स्वर्ग आणि नरक या संकल्पना मांडल्या. ज्याने आपल्या आयुष्यात समाजोपयोगी कामे केली. त्याला मृत्युपश्चात स्वर्गाचे दार खुले होते, अशा नोंदी काही धर्मग्रंथात आढळतात. यातूनच पाप-पुण्याची संकल्पना उदयास आली. चांगले कार्य करणे म्हणजे पुण्य मिळवणे व वाईट कर्म केल्यास ते पाप होते. म्हणून मानवाने पुण्य करावे, पाप करू नये ही प्रथा समाजात रूढ झाली.

त्यानंतर काही बुद्धिजीवी लोकांनी स्वर्गातील राहणीमान, व्यवस्था याचे रसभरीत वर्णन करून लोकांनी कितीही कठोर असला, तरी पुण्यमार्गाचा अवलंब करावा, असा आग्रह धरला. स्वर्ग म्हणजे एक राज्य आहे व या राज्याचा राजा इंद्रदेव आहे अशी कल्पना आपल्या लेखनातून जनसामान्यासमोर ठेवली. राजा इंद्राचे वर्णन करताना जिथे सुंदर स्त्रिया राहतात, त्या देशाचा राजा असेही नमूद केले. 'मेनका', 'उर्वशी', 'रंभा' अशा सुंदर अप्सरा या राज्यात राहतात, असेही इंद्रनगरीचे वर्णन काही लोकांनी केले. तत्कालीन परिस्थितीत अनेक स्त्रियांचा भोग घेणे म्हणजे पराक्रम करणे, अशी धारणा रूढ होती. साहजिकच देशातील प्रत्येक प्रांतांच्या राजाला किमान चार ते पाच पत्नी असत. शिवाय समाजात स्त्री जन्माचे प्रमाण कमी असल्यामुळे पुरुषाला स्त्री जोडीदार मिळण्यासाठी राजा आपल्या मुलीच्या लग्नाचा समारंभ म्हणजे स्वयंवर जाहीर करत असत. काही वेळा स्त्रियांच्या अपुऱ्या संख्येमुळे दोघांसाठी एक पत्नी अशी प्रथा सुरू असल्याचे वर्णन विविध ग्रंथामध्ये आढळते. महाभारतात पाच पांडव पुत्रांची एकच पत्नी होती, असा उल्लेख आहे. त्यामुळे त्या काळात स्वर्ग म्हणजे असे ठिकाण जिथे

अनेक स्त्रियांपासून लैंगिक समाधान मिळते, असा संदेश बुद्धिजीवी वर्गाने आपल्या लेखनातून करून दिला. स्वर्ग म्हणजे कल्पवृक्ष अशी धारणा केली होती. आपण मागेल ते स्वर्गात मिळते. म्हणून त्या काळात स्वर्गात प्रवेश मिळेल या हेतूने लोक चांगले वागू लागले व पुण्यकर्म करू लागले. काळ बदलला. वेळ बदलली आणि भारतात पुरुषापेक्षा स्त्रियांचे प्रमाण वाढले आणि स्त्रियांमध्ये देवी निर्माण झाल्या. 'लक्ष्मी', 'सरस्वती', 'पार्वती', 'दुर्गा', 'महाकाली देवी', 'कामाख्या देवी' यांची पूजा सुरू झाली. त्यानंतर पुण्यवान स्त्रियांना स्वर्गात स्थान मिळते. मात्र स्त्रियांना स्वर्गात मिळणाऱ्या सुखाची माहिती कोठेही स्पष्टपणे आढळत नाही. स्त्रियांसाठी स्वर्गसुख काय असते हे वाचनात आले नाही.

पुरुषप्रधान संस्कृतीत स्त्री ही पुरुषाची जबाबदारी आहे समजले जाऊ लागले. पतीनंतर तिचे संसारातील अस्तित्व संपते, असा समाज समाजात दृढ होत राहिला आणि त्यातूनच काळाच्या ओघात स्त्रियांवर वाईट प्रथा लादल्या गेल्या. जसे की 'सती प्रथा', 'बालविवाह', 'जरठ-कुमारी विवाह' आदी. देशात इंग्रजाचे राज्य प्रस्थापित झाल्यानंतर मानवतेला काळीमा फासणाऱ्या या कुप्रथा बंद करण्यासाठी इंग्रजानी अनेक कायदे केले. या कुप्रथांमुळे समाजाचे होणारे अध:पतन लक्षात घेऊन महात्मा फुले, छत्रपती शाहू महाराज आणि डॉ. बाबासाहेब आंबेडकर यांनी या प्रथा बंद करण्यात मोलाचे योगदान दिले. डॉ. बाबासाहेब आंबेडकर यांनी स्त्री-पुरुष समानतेची तरतूद राज्यघटनेत करून लग्नाचे वय निश्चित केले. आज अनेक स्त्रिया शिक्षण घेतात, याचे श्रेय डॉ. आंबेडकराना जाते.

'नरक' ही संकल्पना अन्याय, अत्याचार, हिंसा, हत्या, लुबाडणूक, चोरी, दरोडा यांसारखे कृत्य करणाऱ्या लोकांना समज देण्यासाठी निर्माण झाली. मृत्यूनंतर त्या व्यक्तीला अन्यायाची सजा म्हणून नरकात स्थान मिळते आणि तेथे त्याने केलेल्या पापाप्रमाणे शिक्षा दिली जाते, असे नमूद करण्यात आले. वाईट कर्म करणाऱ्या जिवाला मृत्यूपश्चात 'नरक' या शिक्षेच्या ठिकाणी ढकलले जाते, असे वर्णन विविध धर्मग्रंथ, धार्मिक-आध्यात्मिक पुस्तकांतून आढळून येते. मुळात लोकांनी दुष्कृत्यांपासून दूर राहावे, या हेतूने असे लेखन केले गेले, जेणेकरून समाजातील कोणतीही व्यक्ती दुष्कृत्यांकडे वळू नये. त्यातून मृत्यूपश्चात शिक्षा भोगावी लागेल अशी भीती समाजात रूढ होत गेली.

धर्मग्रंथात पाप-पुण्य या संकल्पनावर आधारित लेखन केले गेले. किंबहुना कोणत्याही धर्मात अन्याय-अत्याचारास स्थान नाही. ते पाप म्हणून घोषित केलेले आहे. अहिंसा, सत्य यांचा विचार प्रत्येक धर्मग्रंथात मांडला गेलेला आहे.

थोडक्यात धर्म या संकल्पनेत मानवी जीवन सुखी आणि समाधानी राहावे, याचे विवेचन केले आहे. भारतात आर्यांनी 'सनातन धर्मा'ची स्थापना केली. भगवान महावीरांनी 'जैन धर्मा'चे पुनरुज्जीवन केले, तर भगवान गौतम बुद्धांनी 'बौद्ध धर्मा'ची निर्मिती करून जीवनाचे रहस्य लोकांना पटवून दिले. त्यांच्यानंतर पाचशे वर्षांनी येशू ख्रिस्तांनी 'ख्रिस्ती धर्मा'ची स्थापना केली. त्यांच्यानंतर ७०० वर्षांनी महंमद पैगंबर यानी 'इस्लाम धर्मा'ची स्थापना केली. त्यानंतर मोठे-मोठे विचारवंत जन्मास आले. त्यांनीही समाजरचनेत महत्त्वाची भूमिका रुजवली. त्यामध्ये संत ज्ञानेश्वर, संत तुकाराम, संत रोहिदास यांच्यापासून ते अगदी अलीकडे आचार्य रजनीश (ओशो), ॲलेक्स ऑर्बिटो, मॅडम ॲलेक्स बीटीशाईन यांच्यापर्यंत अनेकांचा समावेश होतो.

◆◆◆

मृत्यू प्रक्रिया, जादूटोणा

मृत्यूचा अनुभव आणि स्वर्ग-नरक प्रवास

मृत्यूचा अनुभव सांगण्यास मृत्यू होणे आवश्यक आहे आणि मृत्यू झाल्यानंतर पुन्हा जिवंत होणे आवश्यक आहे. म्हणजे मृत्यूचा अनुभव सांगता येईल. जिवंत व्यक्तीचा प्रामुख्याने आकस्मिक मृत्यू, वार्ध्यक्यानंतर मृत्यू आणि पवित्र मृत्यू या तीन प्रकारे मृत्यू होतो

अ) आकस्मिक मृत्यू : या प्रकारामध्ये प्रामुख्याने हत्या, आत्महत्या, अपघात, शरीरातील इंद्रिय बिघाडामुळे होणारा मृत्यू यांचा समावेश होतो.

ब) वार्धक्यानंतर मृत्यू : हा नैसर्गिक मृत्यू आहे. जन्माला येण्यापूर्वी परमात्मा यांच्याबरोबर जो करार झालेला असतो, त्याप्रमाणे मृत्यू होतो. हा मृत्यू हत्या, आत्महत्या, अपघात, नियमितपणे शांत बोलत बोलत मृत्यू आणि पवित्र मृत्यू अशा सर्व प्रकारात आढळतो.

क) पवित्र मृत्यू : या मृत्यूत मरणाऱ्या व्यक्तीला स्वर्गात घेऊन प्रत्यक्ष देवदूत येतो. कोणाला अशा मृत्यूची पुसटशी कल्पनासुद्धा येत नाही. मृत्यूसमयी मरणारी व्यक्ती अतिशय आनंदित असते. ती व्यक्ती आलेल्या देवदूताचे स्वागत करण्याचा प्रयत्न करते. डोळे उघडे असतील, तर इशारा करते. बोलत असेल बोलण्याचा प्रयत्न करते; पण शब्द फुटत नसतात. कान तीक्ष्ण असतात. त्या व्यक्तीची सर्व ज्ञानेंद्रिये जागृत होतात. शोध इंद्रियेसुद्धा जागृत झालेली असतात. त्यामुळे ती व्यक्ती मृत होऊनही भौतिक शरीर निद्रावस्था दाखवते. त्या व्यक्तीच्या

चेहऱ्यावर एक वेगळे तेज येते. इतरांना कल्पना करवत नाही की, ती व्यक्ती मृत्युमुखी पडलेली आहे. मृत्यू झालेल्या व्यक्तीजवळ प्रत्यक्ष देवदूत असतो. ते त्यांचे भाग्यच समजावे. कोणत्याही प्रकारे त्या व्यक्तीचा मृत्यू झाला असेल, तरीही त्याच्या भौतिक शरीरावर तेज कायम दिसते. चेहरा निद्रावस्थेसारखाच वाटतो,याला 'पवित्र मृत्यू' म्हणतात.

प्रत्येक सजीवाचे अंतिम सत्य म्हणजे त्याचा मृत्यू होय. त्यामुळे शेवटी मृत्यू आहे, हे गृहीत धरूनही प्रत्येक सजीव जगण्याचा प्रयत्न करत असतो, हे जगातील सर्वांत मोठे आश्चर्य आहे आणि त्यासाठी मानवाने विज्ञानाचे साहाय्य घेतले आहे आणि ते सहाय्यसुद्धा अपुरे आहे.

मृत्यू प्रक्रिया

मृत्यू ही प्रक्रिया आहे. मानवाचे शरीर दोन प्रकारचे असते. पहिला पारदर्शक शरीर (ॲस्ट्रल बॉडी) आणि दुसरा भौतिक शरीर (फिजिकल बॉडी). ॲस्ट्रल बॉडी आणि फिजीकल बॉडी वेगळे होण्याची प्रक्रिया म्हणजेच मृत्यू प्रक्रिया असे म्हणतात. काही वेळा ॲस्ट्रल बॉडी बाहेर पडत असताना फिजिकल बॉडीमध्ये आपल्या शरीरातील जागृत शोध शक्ती भौतिक शरीरामध्ये तशाच राहतात. त्यामुळे आपले शरीर जिवंत असते. सर्व प्रक्रिया, इंद्रिय संस्था व्यवस्थित काम करीत असतात. काही वेळा जागृत शोध शक्ती भौतिक शरीर सोडण्यास तयार होत नाही. त्यावेळी ॲस्ट्रॅल बॉडी परमात्म्याजवळ जाऊन पुन्हा भौतिक शरीरात प्रवेश करते आणि ती व्यक्ती तिचे उर्वरित आयुष्य पूर्ण घालवते. नंतर काही वर्षांनतर त्याचा मृत्यू होतो. (समाधी अवस्था व नंतर काही वर्षांनी मृत्यू)

मृत्यूनंतरची प्रक्रिया

फिजिकल बॉडीतून ॲस्ट्रल बॉडी बाहेर पडल्यानंतर चेतनाहीन फिजिकल बॉडी कुजत असल्याने ती नष्ट करणे भाग पडते. एखाद्या व्यक्तीचा मृत्यू होतो, तेव्हा त्या व्यक्तीचे कुटुंबीय ज्या धर्माचे असतील, त्या धर्मातील धार्मिक विधीप्रमाणे मृत व्यक्तीचे भौतिक शरीर नष्ट करतात व ॲस्ट्रल बॉडी फिजिकल बॉडीजवळ थांबते. ॲस्ट्रल बॉडी लहानशा किड्या-मुंग्यापासून हत्तीसारख्या शरीराएवढी आपोआप होते. आकार किती व केवढा ठेवायचा याचा अधिकार ॲस्ट्रल बॉडीतील आत्म्यास असतो. ॲस्ट्रल बॉडी कोणत्याही सजीवाला दिसत नाही. ती पारदर्शक असते, तरीही ती कोणत्याही मांत्रिकाला दिसत नाही. मांत्रिक स्वतः

अ‍ॅस्ट्रल बॉडीला कैद करून स्वतःच्या शरीरात ठेवतो किंवा इतर शरीरात अ‍ॅस्ट्रल बॉडी कैद करून ठेवतो व त्यांच्याकडून चांगली किंवा वाईट कामे करवून घेतो.

बहुतांश मांत्रिक या अ‍ॅस्ट्रल बॉडीकडून म्हणजे त्या आत्म्याकडून वाईट कामे करवून घेतात. काही वेळा अ‍ॅस्ट्रल बॉडीला एखादे मानवी शरीर आवडले, तर अ‍ॅस्ट्रल बॉडी स्वतःहून त्या मानवी शरीरात प्रवेश करते, याला आपल्याकडे 'भूत लागणे' असे म्हणतात. काही मांत्रिक त्या शरीरातून अ‍ॅस्ट्रल बॉडी बाहेर काढतात. यासाठी त्यांना दुसऱ्या अ‍ॅस्ट्रल बॉडीची मदत घ्यावी लागते. प्रामुख्याने अशा व्यक्तीला लोक मुस्लीम दर्ग्यात नेतात आणि दर्ग्यातील अ‍ॅस्ट्रल बॉडी आपल्या शक्तीने सामान्य माणसाच्या शरीरात प्रवेश केलेल्याला बाहेर काढतात. यामध्ये महत्त्वाचा भाग असा आहे, की दर्ग्यातील पवित्र शक्तीच चांगले काम करते. मात्र दर्ग्याचा मौलवी वाईट उपयोग करू शकतो, म्हणून पवित्र शक्तीकडे जाणे आवश्यक आहे.

काही प्रश्न, काही उत्तरे

प्रश्न : दर्ग्यात भूत काढण्यासाठी गेलेले सर्वच पीडित पूर्ण बरे होत नाहीत. याचे कारण काय?

उत्तर : पीडित व्यक्तीला दर्ग्याच्या पवित्र आत्म्यासमोर उभे करून प्रार्थना केल्यास तो निश्चित बरा होतो. दर्ग्याच्या बाजूला अपवित्र आत्म्याचा वावर असतो. त्याच्याकडे पीडित व्यक्ती गेली की, तो अपवित्र आत्मा पीडित व्यक्तीच्या शरीरात प्रवेश करते. त्यामुळे पीडित व्यक्ती बरी न होता त्या व्यक्तीचा त्रास वाढतो.

प्रश्न : काही शापित घरात सीसीटीव्ही फुटेजमध्ये सैतानी आणि शापित व्यक्ती कसे काय दिसतात?

उत्तर : शापित घरात अ‍ॅस्ट्रल बॉडी कपडे परिधान करून फिरत असेल, तर फक्त कपडे घातलेली आकृती दिसते, अ‍ॅस्ट्रल बॉडी दिसत नाही.

प्रश्न : भूत, प्रेत, पिशाच यांचा अनुभव स्मशानभूमी आणि अपघातात मृत्यू पावलेल्या व्यक्तीच्या ठिकाणी का येतो?

उत्तर : अपघातात मृत्यू पावलेल्या व्यक्तीची अ‍ॅस्ट्रल बॉडी त्याच ठिकाणी वावरते. कारण जन्म घेताना परमात्माबरोबर झालेल्या कराराप्रमाणे त्याचे कार्य भौतिक शरीर असताना पूर्ण केलेले नसते. त्यामुळे आत्म्यास (अ‍ॅस्ट्रल बॉडीला) शांती मिळत नाही आणि त्यांना पिशाच योनीत राहावे लागते.

प्रश्न : पिशाच योनीत अतृप्त आत्म्यास किती दिवस राहावे लागते?

उत्तर : दोनशे वर्षांपासून आठशे वर्षांपर्यंत जास्तीत जास्त राहावे लागते. त्यांना फक्त परमात्माच मुक्ती देऊ शकतो.

प्रश्न : काही ठिकाणी रात्रीच्या वेळेस शुभ्र वस्त्रे परिधान केलेली स्त्री दिसते आणि लगेच अदृश्य का होते?

उत्तर : या स्त्रीच्या ॲस्ट्रल बॉडीने पांढरे वस्त्र परिधान केलेले असते. त्यामुळे त्या स्त्रीची आकृती पांढरी दिसते. मात्र तिची ॲस्ट्रल बॉडी कोणालाही दिसत नाही.

अघोरी विद्या / काळी जादू :

प्राचीन काळापासून ही विद्या शिकून घेण्यासाठी अनेक लोकांनी प्रयत्न केला आहे. सन २०२०मध्ये उत्तराखंड येथील 'हरिद्वार' या ठिकाणी कुंभमेळा झाला. त्या वेळी तेथे संपूर्ण भारतातील अघोरी बाबा एकत्र आले होते. त्यांपैकी काही लोकांनाच ही विद्या अवगत आहे, असे 'यूट्यूब'द्वारे समजले. हे अघोरी बाबा फक्त स्मशानभूमीतच राहतात. एखादा अतृप्त आत्मा कैद करून त्यांच्याकडून आपली कामे करवून घेतात. विज्ञानाची याला मान्यता नाही. कारण कोणताही अघोरी साधू पिशाचास लोकांसमोर उभा करू शकत नाही. त्यामुळे ती अंधश्रद्धा आहे, असे मानले जाते.

अपघाती मृत्यू, हत्येने मृत्यू, आत्महत्येने मृत्यू झालेल्या व्यक्तीच्या आत्म्याला शांती मिळत नाही आणि त्यांना परमात्म्यानी 'पिशाच योनी' दिलेली आहे. त्यामुळे त्यांना त्या योनीतच राहावे लागते. काहींना एकाच ठिकाणी वा ठरावीक अंतराच्या परिसरातच राहण्याचे बंधन असते. काहींना मात्र पृथ्वी योनीत सतत फिरण्याची शिक्षा दिली गेली असते, तर वाहत्या पाण्यात विश्रांती घेण्याची शिक्षा दिलेली असते आणि त्या आत्म्यांना अघोरी कृत्ये करून प्रसन्न करण्याचा प्रयत्न हे अघोरी बाबा करत असतात. यूट्यूबवर या अघोरी बाबाची कृत्ये चित्रित करण्यात आली आहेत. यूट्यूबवरचे अघोरी प्रकार पाहून माझे मन अत्यंत विचलित झाले. अशा प्रकारावर शासनाने बंदी घालणे आवश्यक आहे; परंतु शासनाला या गोष्टी पाहायला वेळ कुठे आहे? सध्या विज्ञानयुगात मयत व्यक्तीच्या नातेवाईकांनासुद्धा वेळ नाही. स्मशानभूमीवर कर्तव्य म्हणून येणे, मृत्यूनंतरचा अग्निविधी होईपर्यंत थांबणे आणि प्रेताला अग्नी दिला की लगेच निघून जाणे या वर्तनामुळे या अघोरी मांत्रिकाना प्रेताची विटंबना करण्याची संधी मिळत आहे. मी यूट्यूबवर चित्रीकरण

केलेला एक व्हिडीओ पाहिला. एक अघोरी मांत्रिक जळणाऱ्या प्रेताजवळ येतो. सोबत आणलेले दारूचे पेय पाण्यासारखे पितो. अर्धवट जळलेल्या प्रेताचे डोके बाजूला करतो. ते डोके दगडावर आपटून फोडतो आणि कवटीतील मेंदू आपल्या ताटात काढून ठेवतो. पुन्हा मद्यप्राशन करतो आणि तो मानवाचा मेंदू खातो. या प्रक्रियेमध्ये कोणती अघोरी शक्ती प्राप्त होते, हा विचार करण्याची आवश्यकता आहे. माझ्या मते, त्या मांत्रिकाला शक्ती प्राप्त होवो किंवा न होवो हा भाग महत्त्वाचा नाही, तर मयत व्यक्तीच्या नातेवाइकांनी प्रेत पूर्ण जळून राख होईपर्यंत थांबणे महत्त्वाचे आणि गरजेचे आहे. उपरोक्त वर्णनाप्रमाणे अनेक अघोरी प्रकार आहेत. यात मला माहीत असलेले दोन प्रकार या ठिकाणी नमूद करावेसे वाटतात. या प्रयोगाची सिद्धता आतापर्यंत कोणीही दिली नाही. मात्र त्याच्या परिणामांची माहिती मिळाली असल्यामुळे मी लिहीत आहे. यात पुरुषांसाठी आणि स्त्रियांसाठी एकेक प्रयोग आहे. मात्र हे प्रयोग मी सिद्ध करून दाखवू शकत नाही.

पुरुषांसाठी अघोरी प्रयोग : या प्रयोगाने सैतान प्रसन्न होतो, असा समज आहे. या प्रयोगात मांत्रिक स्मशानभूमीमध्ये अमावस्येच्या रात्री १२ ते २ या वेळेदरम्यान मांसाहार करतात. त्यानंतर खाल्लेल्या आहाराची उलटी एका पसरट पात्रात करतात. नंतर उलटी केलेला सर्व आहार पुन्हा पितात. त्यानंतर पुन्हा उलटी करतात. ही क्रिया सतत सुरू राहते. शेवटी ही क्रिया थांबवण्यासाठी स्मशानभूमीत एक आकृती उभी राहते आणि हा प्रकार थांबवण्याची विनंती करून 'मी आता तुमचा गुलाम झालो आहे, त्यामुळे तुम्ही हा अघोरी प्रकार थांबवा' असे सांगते. नंतर सैतान व अघोरी मांत्रिक वाहत्या पाण्यात म्हणजेच नदीमध्ये जाऊन स्नान करतात. दोघेही नवीन वस्त्रे परिधान करतात व अघोरी बाबाच्या आश्रमात निघून जातात. त्या आश्रमात एक अघोरी मूर्ती असते. त्या मूर्तीची पूजा केली जाते. त्यानंतर अघोरी मांत्रिक व सैतान त्या आश्रमात विश्रांती घेतात. दुसऱ्या दिवसापासून अघोरी बाबाकडे (मांत्रिकाकडे) येणाऱ्या भक्तांच्या समस्या या सैतानी गुलामामार्फत पूर्ण करू लागतात. अशा मांत्रिकाकडे येणारे भक्त समाधानी असल्याचे समजते, त्यामुळे हा (अघोरी) प्रकार सत्य असावा. जर येणाऱ्या भक्तांच्या अडचणी दूर होत असतील, तर आणि भक्तांचे समाधान होत असेल तर मांत्रिकाकडे शक्ती आहे, असे म्हणता येईल; परंतु मांत्रिकाने त्याच्या भक्ताचे वाईट करावे किंवा न करावे हा मांत्रिकाचा प्रश्न आहे.

तांत्रिक व आध्यात्मिक विचार

जर या प्रयोगाने सैतान मांत्रिकाचा गुलाम होऊ शकत असेल, तर मात्र मनात हा विचार येतो, की परमात्म्याने शिक्षा दिलेली ॲस्ट्रल बॉडी पृथ्वीभोवती सतत दिवसभर फिरते, यापेक्षा मांत्रिकाच्या गुलामीने ती बॉडी एका ठिकाणी स्थिर राहते. विश्रांतीसाठी निवारा मिळतो. त्यामुळे ती शापित ॲस्ट्रल बॉडी समाधानी होते. त्यांचे आयुष्य २०० वर्षांपासून ८०० वर्षांपर्यंत असते. तोपर्यंत मांत्रिकाजवळ राहण्यास मिळत असल्यामुळे ती ॲस्ट्रल बॉडी सुखी होते. मात्र मांत्रिकास शिष्य शोधावा लागेल आणि तो शिष्य शोधतो आणि आपले कार्य अखंडपणे वर्षानुवर्षे चालत राहते. यामुळे त्या ॲस्ट्रल बॉडीने आपल्या मालकाची सेवा करणे, गुलामी कार्य त्याच्या पुण्य-कर्मात रूपांतरीत होऊ शकते. अशा प्रेत आत्म्यास परमात्मा मुक्ती देऊ शकतो. त्याचे शापित सैतानी आयुष्य कमी होण्यास मदत होते.

या विद्येचा विकास प्राचीन काळापासून चालू आहे. प्राचीन काळी टेलिफोन इंटरनेटची सोय नव्हती. त्यावेळी अशा ॲस्ट्रल बॉडीचा म्हणजे अशा अतृप्त शापित आत्म्याचा उपयोग संदेश पोहोचवण्यासाठी केला जात होता. दूरवरचा त्याचा रिप्लाय लगेच मिळत होता. म्हणजे चांगल्या कामासाठी उपयोग करता येत होता. त्यामुळे अशा मांत्रिकाना राजाश्रय मिळत होता. शत्रूची गुप्त माहिती जमा करून राजापर्यंत मांत्रिकामार्फत मिळत होती. मात्र नंतर काळ बदलला, विचार बदलले आणि मांत्रिकाच्या शक्तीचा उपयोग वाईट कामासाठी सुरू झाला. दोन व्यक्तीमध्ये शत्रुत्त्व असेल, तर एक व्यक्ती आपल्या शत्रूचे नुकसान करून त्याला नामोहरण करण्यासाठी मांत्रिकाकडील शक्तीचा उपयोग केला जाऊ लागला. एखाद्या व्यक्तीची हत्यासुद्धा या मार्गाने होऊ लागली. संसारात बिघाड निर्माण करण्यासाठी याचा उपयोग सुरू झाला आणि अशी दुष्कृत्ये मांत्रिकांना पैसे मिळवण्याचे साधन झाले. एखाद्याला डिप्रेशनमध्ये घालवणे, त्याच्या शरीरावर पूर्ण नियंत्रण मिळवणे, त्याला वेडा बनवणे या क्रिया सुरू झाल्या. सध्या या विद्येचा वापर वाईट कामासाठी सर्रास चालू आहे, यातूनच जादूटोणा, चेटूक प्रकार, मूठ मारणे (धडक प्रहार) यांसारख्या उपविद्यांचा विकास झाला व या

विद्यांचा गैरवापर करून जनसामान्यांची सध्या राजरोसपणे लूट केली जात आहे. या पार्श्वभूमीवर महाराष्ट्र शासनाने 'जादूटोणा प्रतिबंध विधेयक' पास करून कायदा निर्माण केला आहे. यात अशा मांत्रिकानी या विद्येचा वापर करू नये, कारण त्याच्या मृत्यूनंतर त्यांचा आत्माही अशाच प्रकारची शिक्षा भोगतो. या क्रियेत तोटा किती असतो हे नंतर कळते. किमान २०० पासून ८००/- वर्षांपर्यंतची

शिक्षा परमात्मा देऊ शकतो, याची जाणीव ठेवावी, असा प्रामाणिक विचार सामान्य माणसाचा आहे, याची जाणीव ठेवणे महत्त्वाचे आहे. स्त्रियासुद्धा अघोरी विद्येचा प्रयोग करतात.

लेखन करणाऱ्या व्यक्तीला मिळालेल्या माहितीचे लेखन सत्य आहे की असत्य माहीत नाही, हे सिद्ध करता येत नाही. त्यामुळे याचा संबंध फक्त माहिती वाचन म्हणून समजावे व सोडून द्यावे. कोणीही या अघोरी विद्येसाठी प्रयत्न करू नये, याचा शेवट चांगला नाही. शेवट वाईटच.

अघोरी धारणा करणारी स्त्री धाडसी असावी लागते. यामध्ये भक्ताला स्वतः प्रयोग करावा लागतो मांत्रिक फक्त मार्गदर्शन करतो. ज्या स्त्रीला हा अघोरी प्रकार करायचा आहे त्यांची सुरुवात अमावस्या दिनापासून सुरू करावी लागते.

१) अघोरी विद्या धारण करणाऱ्या स्त्रीने अमावस्येच्या दिवशी पूर्ण उपवास करावा. उपवास सोडण्यासाठी दोन कणकेच्या (गव्हाच्या) पिठाच्या बाहुल्या तयार कराव्यात. या दोन्ही बाहुल्यांमध्ये स्वतःची थोडीशी विष्ठा व चिमणीची विष्ठा पिठात मिसळून पाण्याने त्याचा लाटा करावा व त्या लाट्याच्या बाहुल्या तयार ठेवाव्यात. संध्याकाळी रात्री बारा वाजता विवस्त्र होऊन वाहत्या पाण्याच्या नदीकडे स्मशानभूमी असलेल्या ठिकाणी जावे. या कामासाठी पुरुष मदत करणार असल्यास त्यानेसुद्धा नदीपर्यंत त्या बाहुल्या घेऊन जाव्यात. स्मशानभूमीत हळद-कुंकू आणि कोळसा एकत्र वाटून तयार केलेली विभूती लावावी. त्यांची पूजा करून नदीपात्रात एक बाहुली सोडावी व त्याचवेळी दुसरी बाहुली स्वतः चघळून खावी. पाण्यात टाकलेल्या बाहुलीचे निरीक्षण करावे. पाण्यामध्ये त्या बाहुलीला मासे खात असताना दिसतील. नंतर नदीचे पाणी ओंजळीने प्यावे व पाठीमागे न पाहता सरळ घरी यावे व नंतर जेवण करावे.

२) ही क्रिया रोज चालू ठेवावी. एकवेळ अशी येईल की, त्या दिवशी मासा बाहुलीला स्पर्शसुद्धा करत नाही. बाहुलीपासून मासा दूर जातो.

३) मासा बाहुलीला स्पर्श करत नाही, याचा अर्थ सैतान प्रसन्न झाला असे समजावे. त्यावेळी पाण्यातून मोठी आकृती बाहेर येईल आणि विचारणा करेल, की मला कशासाठी बोलावले आहे? ज्या कामासाठी तुम्ही अघोरी प्रयोग केला, त्याचे विवरण करावे लागेल. नंतर त्याला सोबत घरी नेऊन त्याच्यासोबत स्वतंत्र खोलीत राहावे.

४) या कालावधीत सैतानाच्या इच्छा पूर्ण कराव्या लागतील. प्रामुख्याने अतृप्त

आत्म्याची प्रथम लैंगिक इच्छा पूर्ण करावी लागेल आणि त्यानंतर तो तुमच्या कार्याला सुरुवात करेल.

५) तुम्ही सांगितलेले काम पूर्ण करण्यासाठी सैतान निश्चित त्या ठिकाणी जाईल. त्या ठिकाणी जेवढे शक्य आहे, तेवढे काम तो करेलच; परंतु काही वेळा ज्याच्यावर अघोरी प्रयोग करायचा आहे. त्याचा आत्मा पवित्र असेल, तर त्याला कोणतीही इजा होत नाही. त्यामुळे सैतानाला रिकाम्या हाताने परतावे लागते.

६) बहुतांशी सैतानी प्रयोग पवित्र आत्म्यावरही किमान पन्नास टक्के प्रभाव टाकतो व नंतर परत येतो.

७) अघोरी प्रयोग यशस्वी झाला किंवा नाही हे काही दिवसाने समजते.

अशा प्रकारचे अघोरी प्रयोग करून प्रयोग करणाऱ्या व्यक्तींना कोणते समाधान मिळते, त्यांनाच माहीत मात्र बाधित व्यक्तीच्या मेंदूवर नियंत्रण ठेवण्याचा प्रयत्न केला जातो. बाधित व्यक्ती डिप्रेशनमध्ये जाते. काही वेळा त्याची वाचाही जाते. त्याला बोलता येत नाही. त्यामुळे बाधित व्यक्ती आत्महत्या करण्याचा प्रयत्न करते. हे सर्व सर्व पहिल्या दोन प्रकारच्या व्यक्तींबाबत घडते. त्यामुळे ती व्यक्ती आयुष्यात निकामी होते. मात्र पवित्र व्यक्तीवर या अघोरी विद्येचा प्रयोग झाल्यास काहीही परिणाम होत नाही. काही काळ ती व्यक्ती बाधित होते आणि नंतर मात्र पवित्र व्यक्तीच्या शरीरात शोध शक्ती (रिफ्लेक्टर) जागृत होते आणि अघोरी शक्तीचा नाश करते, तसेच दोषी व्यक्तीला याच जन्मात सजा देते. यामध्ये दोषी व्यक्तीला त्याच्या दोषाप्रमाणे शिक्षा मिळते. अघोरी प्रयोग करणाऱ्या व्यक्तीइतकीच त्या व्यक्तीला साहाय्य करणाऱ्यास शिक्षा मिळते. त्याला सर्वस्वी साहाय्य करणारी व्यक्तीच जबाबदार असते. त्यामुळे अनेकांचे सुंदर संसार एका चुकीमुळे उद्ध्वस्त होतात!

◆◆◆

पिशाच, मानवी जन्म, शोधशक्ती

मृत्यूनंतर भुते, पिशाचे तयार कशी होतात?

भूत-पिशाचाबाबत पूर्वजांनी बरेच काही सांगून-लिहून ठेवले आहे. मात्र भूत किंवा पिशाच तयार होण्याची प्रक्रिया आहे. आत्महत्या केलेल्या व्यक्तीचे आयुष्य जन्म घेतेवेळी निश्चित केलेले असते. त्याअगोदर मृत्यू झाल्यास मृत व्यक्तीला परमात्म्याजवळ स्थान मिळत नाही. प्रथम त्याला दिलेले आयुष्य पूर्ण केल्याशिवाय हा जन्म संपत नाही. त्यामुळे त्याला पृथ्वीवरच राहावे लागते. आत्महत्या होत असताना त्या व्यक्तीची अॅस्ट्रल बॉडी प्रथम बाहेर पडते. त्यानंतर भौतिक शरीरावर परिणाम दिसून येतो. भौतिक शरीर पूर्ण बंद पडते. मात्र त्या आत्महत्या केलेल्या व्यक्तीच्या भौतिक शरीराजवळ त्याचे पारदर्शी शरीर (आत्मा) फिरत राहते. भौतिक शरीर नष्ट होईपर्यंत पारदर्शी शरीर त्या शरीराबरोबर राहते. पूर्ण भौतिक शरीर नष्ट झाल्यानंतर पारदर्शी शरीर एका निश्चित ठिकाणी थांबते. त्यासाठी कोठे थांबायचे, हे पारदर्शी शरीर म्हणजेच अॅस्ट्रल बॉडी ठरवते आणि त्या ठिकाणी ते शरीर थांबते. हे शरीर जिवंत असते मात्र सामान्य माणसांना दिसत नाही. हे पारदर्शी शरीर जेथे थांबले असते, तेथे मानवाचा वावर त्या शरीराला मान्य नसतो. त्यामुळे ते शरीर काही चमत्कार दाखवते. यालाच 'भूत' किंवा 'पिशाच' म्हटले जाते. या पारदर्शी शरिराला म्हणजेच अॅस्ट्रल बॉडीला लहान किड्या-मुंग्यासारख्या प्राण्यापासून बलाढ्य शरीर धारण करण्यास मुभा असते. त्यामुळे ते कोठेही आणि कोणासही वेगवेगळ्या आकाराचे असल्याचे आभास

निर्माण होतात.

प्रामुख्याने लैंगिकदृष्ट्या अतृप्त आत्मे मानवी शरीरात प्रवेश करतात आणि आपली इच्छा तृप्त करून घेतात. मानवी शरीरात एखाद्या जिवाणूंसारखे कोठेही थांबतात आणि त्या व्यक्तीला त्रास देतात. एकाच वेळी अनेक ॲस्ट्रल बॉडीज मानवी शरीरात राहू शकतात. त्यामुळे ती व्यक्ती अतिशय त्रस्त होते आणि त्या व्यक्तीचे नातेवाईक त्यावर उपचार करण्यासाठी प्रथम हॉस्पिटलमध्ये नेतात. अनेक वैद्यकीय तपासण्या करूनही त्याचे निदान काहीच होत नसल्याने त्या उपचाराचा तितका फायदा होत नाही, हे लक्षात आल्यानंतर त्या पीडित व्यक्तीला मांत्रिकाकडे नेले जाते. मांत्रिकाकडे स्वतःची एक ॲस्ट्रल बॉडी असते. काही मांत्रिकाच्या शरीरामध्ये असते किंवा बाजूच्या व्यक्तीच्या शरीरात असते. तिच्या साहाय्याने पीडित व्यक्तीच्या शरीरातील ॲस्ट्रल बॉडी काढून त्या बॉडीला तिच्या मूळ ठिकाणी पाठवले जाते, यास 'भूत काढणे' असे म्हणतात.

मृत्यूनंतर पुढील जन्मप्रक्रिया

जन्माला येणाऱ्या प्रत्येक व्यक्तीला मृत्यूला सामोरे जावेच लागते. मृत्यू झालेली ती व्यक्ती ना कोणत्या धर्माची असते, ना जातीची. प्रत्येक व्यक्तीसाठी मृत्यूची प्रक्रिया एकच असते. पवित्र आत्म्यासाठी असो किंवा मध्यम आत्म्यासाठी किंवा सामान्य आत्म्यासाठी मृत्यूप्रक्रिया एकच आहे. जिवंत शरीरातील सर्व शक्ती / ऊर्जा एका ठरावीक ठिकाणी प्रवाहित होतात. जिवंत व्यक्ती मृत्यू पावते, तेव्हा आत्मिक ऊर्जा पायाकडून प्रवाहित होऊन बेंबीकडे (नाभीकडे) येते. त्यामुळे मृत व्यक्तीचे पाय थंड होतात. सर्व शक्ती डोक्याच्या केसांपासून प्रवाहित होऊन बेंबीकडे येतात. या सर्व शक्तीचे रूपांतर एका लहान शून्यासारख्या केंद्रात एकत्रीकरण होते आणि तेथून त्या शक्तींचे/उर्जेचे प्रभावी एकत्रीकरण केंद्र शरीराबाहेर पडते. या प्रक्रियेला 'मृत्यू' असे म्हणतात. भौतिक शरीरात कोणतीही शक्ती नसते. चेतनाहीन भौतिक शरीराला 'मृत शरीर' म्हणतात. एका केंद्रात आल्यानंतर त्या शक्तीचे पुन्हा मृत शरीरासारखे दुसरे शरीर बनते. याला 'पारदर्शी शरीर' असे म्हणतात. मृत शरीरावर अंत्यविधी होऊन ते नष्ट होईपर्यंत हे पारदर्शी शरीर (ॲस्ट्रल बॉडी) मृत भौतिक शरीरासोबत असते. अंतिम शरीर विधी होईपर्यंत मृत भौतिक शरीराबरोबर असते. हे पारदर्शी शरीर स्वतःच्या भौतिक शरीराचा अंत्यविधी स्वतः पाहते, हे विशेष आहे.

हे पारदर्शी शरीर मृत्यूनंतर बारा दिवस आपल्या मूळ घराजवळील झाडावर

वास्तव्य करते आणि नंतर पुढील जन्माच्या प्रकियेसाठी निघते. ते प्रकाशाच्या वेगाने निघते. प्रथम पृथ्वीवर हिमालय पर्वताच्या उत्तर बाजूस एक सपाट प्रदेश आहे. त्याचे नाव 'तिबेट' आहे. या प्रदेशाला 'देवलोकांचा प्रदेश' असेही म्हटले जाते. तेथे त्यांना अनेक देवदूत भेटतात. तेथून सरळ आकाशाच्या दिशेने पृथ्वीच्या कक्षेच्या बाहेर जातात. कक्षेबाहेर त्या ॲस्ट्रल बॉडीस गुरू ग्रहाचा मार्ग दाखवला जातो. तेथे एक सपाट प्रदेश त्यांना मिळतो. त्या प्रदेशावर त्या पारदर्शी शरीराला एक दरवाजावजा गेट मिळतो. तेथून आत प्रवेश केल्यानंतर त्या शरीराला एका ठिकाणी नेले जाते. ते ठिकाण म्हणजे 'पुनर्जन्म केंद्र' होय. या ठिकाणी सात देवदूत बसलेले असतात. ते ॲस्ट्रल बॉडीला त्यांच्या समवेत बसवतात. त्याचे या जन्माचे व मागील जन्माचे वास्तव दर्शन करवतात. त्यावर त्यांची खुली चर्चा होते. पारदर्शी शरीराला पाप व पुण्य मान्य करावे लागते आणि नंतर पुढील जन्माविषयी चर्चा करतात.

आदियोगी, महायोगी, परमात्मा कैलासनाथ भोलेनाथ शिवा

मृत्यूनंतर पुन्हा जन्म देण्यासाठी परमात्म्याने नियमावली तयार केली आहे.

(अ) समाजोपयोगी कार्य, गरजूंना मदत, ध्यान-धारणा, न्याय्य काम आणि न्याय्य कर्तव्य, स्वतःबरोबर इतरांचा विकास हे पुण्य संकल्पनेत येते.

(ब) इतरांवर अन्याय, स्वतःवर अन्याय, इतरांना त्रास देणे, अत्याचार करणे व गुलाम बनवणे, लुबाडणूक, जादूटोणा, काळी जादू, हत्या, बलात्कार, इतरांना ज्ञानापासून अलिप्त ठेवणे, स्वतःच्या ताकदीचा दुरुपयोग करणे, धर्माचा दुरुपयोग या बाबी पाप या संकल्पनेत येतात.

या जन्मातील सर्व बाबी लक्षात घेऊन पुन्हा आपल्या इच्छित मातेच्या पोटी जन्म होतो. त्यामुळे अशा प्रकारचे लोक जन्म घेऊन आले आहेत. श्रीमंत घराण्यात जन्म, गरीब घराण्यात जन्म, सर्वांना समान बुद्धी, व्यक्तिमत्त्व पुरुष, स्त्री, कामसू, तापसू, नपुंसक, किन्नर (हिजडा), समलैंगिक स्त्री, पतिव्रता स्त्री, मर्यादापुरुषोत्तम, स्त्री, पुरुष जन्माला येतात. जन्म देताना पुरुषांना ५२ शोधशक्ती दिलेली असतात व स्त्रियांना ३६ शोधशक्ती दिलेली असतात. परमात्म्याने पृथ्वीवरील मानवासाठी ११२ शोधशक्ती निर्माण केल्या आहेत आणि शरीराबाहेर २ शोधशक्ती अशा एकूण ११४ शोधशक्ती निर्माण केल्या आहेत. या सर्व शोधशक्ती मानवी शरीरात असतात. त्या जागृत करण्याची जबाबदारी मानवावर आहे. स्त्रियांच्या तुलनेत पुरुषांमध्ये १६शोधशक्ती (जागृती शक्ती) अधिक आहेत. पुरुषांतील जादा १६

शोधशक्ती गुणधर्माच्या माध्यमातून पुरुष प्रामाणिकपणे संसार व समुदाय यशस्वी करण्यास मदत करतात.

१) **संयम** - स्त्रियांपेक्षा पुरुषाकडे संयम जास्त असतो.

२) **सहनशीलता** - अन्याय, अपमान, भौतिक शरीरावर होणाऱ्या त्रासाची, आघाताची सहनशक्ती पुरुषाकडे जास्त असते.

3) **क्रोध (राग) व क्रोध नियंत्रण क्षमता** - फक्त पुरुषाकडे जास्त असते.

४) **संशोधक वृत्ती** - नवीन शोध घेण्याची प्रवृत्ती पुरुषामध्ये जास्त असते. याउलट शोध केलेल्या शक्ती सांभाळून ठेवतात.

५) **त्याग** - कोणत्याही त्यागासाठी पुरुषे मागे पुढे पाहात नाहीत.

६) **वैरत्व** - पुरुष वैर विसरत नाहीत आणि माफही करत नाहीत.

७) **न्याय** - पुरुषाचा न्याय सर्वसमावेशक असतो. पक्षपाती नसतो.

८) **कर्तव्यदक्षता** - आपले कर्तव्य पूर्णपणे पालन करण्याची क्षमता पुरुषामध्ये अधिक असते.

९) **जबाबदारी**- दिलेली जबाबदारी पुरुष पूर्ण क्षमतेने पार पाडत असतात. जबाबदारीची जास्त जाणीव त्यांच्याकडे असते

१०) **धाडस** - धाडस हा पुरुषांचा मूलभूत गुणधर्म आहे. आलेल्या संकटाला धाडसाने फक्त पुरुषच तोंड देतो.

११) **दूरदृष्टी** - दूरदृष्टी हा पुरुषांचा महत्त्वाचा गुण आहे. आपले कार्य, आपला संसार, आपले कुटुंब याबाबत पुरुष दूरदृष्टी नजरेसमोर ठेवून निर्णय घेत असतो.

१२) **आक्रमकता** - युद्धात आणि प्रेमात पुरुष आक्रमक असतो.

१३) **निर्णय क्षमता** - परिस्थितीनुसार निर्णय घ्यायची क्षमता पुरुषात अधिक असते. ते नेहमी यशस्वी होतात.

१४) **व्यासंग** - पुरुषांना ठरावीक गोष्टीचा व्यासंग असतो आणि वेळ मिळेल तेव्हा पुरुष त्याचा आनंद घेतात.

१५) **अध्यात्म शक्ती** - प्रामुख्याने पुरुषच अध्यात्माकडे वळतात आणि अध्यात्माने ज्ञान मिळवण्याचा, समाधानाचा, असाध्य गोष्टीवरील मार्ग मिळतो, असे पुरुष मानतात.

१६) **वैज्ञानिक दृष्टिकोन** - पुरुषामध्ये वैज्ञानिक दृष्टिकोन असतो. त्यांच्या बुद्धीला पटल्याशिवाय ते कोणावरही विश्वास ठेवत नाही. या सर्व बाबींमुळे बहुतांश पुरुषाना गुरुमंडलात प्रवेश मिळतो (स्वर्गात प्रवेश मिळतो). जन्माला

मानव घातल्यापासून परमात्म्याने गुरुमंडल निर्माण केले आहे. साधारणपणे ३३टक्के लोक मनाने वागतात. कोणावर विश्वास ठेवत नाहीत. समाजोपयोगी कार्य करतात. मानवाचे हित जपतात. लोकांना पाप व पुण्य समजावून सांगून पुण्य मिळवण्याचा सल्ला देतात. आपले कार्य, कर्तव्य आणि नीती याचे पालन करतात. निष्ठेने, नम्रतेने आपले कार्य आणि अधिकार याचे पालन करतात. ज्ञानधारणा करतात व ज्ञानार्जन करतात. समानता, स्वातंत्र्य आणि भक्ती याकडे सहानुभूतीपूर्वक पाहतात. आपली संस्कृती आणि धर्माचे पालन करत असताना इतरांवर अन्याय होणार नाही, याकडे लक्ष देतात. सर्वांना चांगला सल्ला देणे. समाजहित आणि संस्थाहित याकडे लक्ष देतात म्हणून ते मृत्यूनंतर देवदूतांमार्फत स्वर्गात जातात.

थोडक्यात सांगायचे झाल्यास मानवाचा जन्म कसा व कोणत्या प्रकारे होतो. त्यानंतर जन्मासाठी मानवी शरीरात गर्भाची वाढ कशी होते. हे विज्ञानाने सांगून एका रहस्याचा उलगडा केला. त्यानंतर माणसाच्या आयुष्याची वाटचाल आणि अंतिम सत्य मृत्यू याची माहिती घेतली आणि मृत्यू पूर्वीची स्थिती व मृत्यूनंतरची स्थिती याचे वर्णन केले,

भौतिक शरीर, पारदर्शी शरीर याची आपण माहिती जाणून घेतली. मृत्यू कसा होतो. त्यानंतर पुनर्जन्म होतो का? कसा होतो? याचीही माहिती घेतली. भूत, प्रेत, पिशाच कशी निर्माण होतात. भूत पिशाचाची ॲस्ट्रल बॉडी कोठे राहते, काय काम करते. मांत्रिक व पवित्र आणि ॲस्ट्रल बॉडी आणि त्या बॉडीचे म्हणजेच आत्म्याचे काय कार्य असते, याची माहिती घेतली. पुढील भागात पवित्र शरीराचा मृत्यू व त्यानंतरची प्रक्रिया याची माहिती आपण घेणार आहोत.

◆◆◆

पवित्र आत्मा : समाजव्यवस्था

पवित्र आत्मा आणि स्वर्ग

व्यक्तीच्या वागण्यावरून त्या व्यक्तीचा आत्मा पवित्र आहे की नाही, हे परमात्मा ठरवतो. त्यामुळे पवित्रता ही त्या व्यक्तीच्या वागण्यावर, आपल्या कृतीवर, कार्यावर अवलंबून असते. आपल्यात पावित्र्य आणण्यासाठी आपण पवित्र होणे गरजेचे आहे. सामान्य व्यक्तीलासुद्धा आपल्यात पावित्र्य आहे. आपण पवित्र व्यक्ती आहोत याचे ज्ञान नसते. ते सर्व मृत्यूनंतर समजते. काही शब्दाचे आपण विश्लेषण केले, तर आपल्या लक्षात येईल. स्त्रियांसाठी एक सामान्य शब्द आहे. पतिव्रता, अखंड सौभाग्यवती, श्रीमती हे शब्द एकाच स्त्रीसाठी वेगवेगळ्या वेळी वेगवेगळ्या अर्थाने वापरले जातात.

पतिव्रता

जी स्त्री एकाच पुरुषाबरोबर लैंगिक संबंध ठेवते. तिचे फक्त त्याच पुरुषावर प्रेम असते, त्याच्या सुख-दुःखात साथ देते, त्याच्यासाठी आपला जीव पणाला लावते. त्याच्या सर्व बाबींमध्ये एकरूप होते आणि त्याच्यानंतर त्याच्या प्रेमात राहिलेले आयुष्य काढते आणि समाधानाने मृत्यूला सामोरी जाते. जन्माला येतेवेळी परमेश्वराबरोबर करार पूर्ण करते. अपत्ये जन्माला घालते. त्याचे संगोपन जबाबदारीने पूर्ण करते. त्या अपत्यांना योग्य वयात योग्य वळण लावते. त्या अपत्याचा संसार सुखी करण्यास मदत करते. स्वतः शिक्षित असेल, त्याचा

उपयोग अपत्यासाठी करते. नोकरी किंवा व्यवसाय प्रामाणिकपणे पूर्ण करते. जबाबदारीची जाणीव ठेवून नोकरीत अधिकारपद मिळाले असल्यास त्याचा योग्य वापर करते. अध्यापनाचे कार्य असल्यास अध्यापन प्रामाणिकपणे, जबाबदारीने करते. स्वहित टाळून इतरांच्या हितामध्ये अडथळा आणत नाही किंवा अडथळा ठरत नाही. स्वहित, समाजहित, देशहित व संपूर्ण मानवजातीचे हित लक्षात घेऊन कार्य करते. या स्त्रीला 'पूर्ण स्त्री' म्हणून संबोधले जाईल. अशा स्त्रियांना वेगवेगळ्या वयात भारतीय संस्कृतीने वेगवेगळी नावे दिली आहे. लग्नापूर्वी कुमारी, लग्नानंतर सौभाग्यवती, वयाच्या चाळीशीनंतर पतिव्रता, जर पतीच्या अगोदर निधन झाले, तर अखंड सौभाग्यवती आणि त्या स्त्रीच्या अगोदर पतीचे निधन झाले, तर श्रीमती म्हणतात. अशा स्त्रियांचा मृत्यूनंतर परमात्मा पवित्र आत्मा म्हणून निश्चित विचार करेल आणि त्या स्त्रीसाठी स्वर्गाची दारे उघडी असतील, तिचा आत्मा नेण्यासाठी देवदूत येतील, स्वर्गात तिचे स्वागत केले जाईल.तिला तिथे अढळ स्थान प्राप्त होईल.

सामान्य लोकाचा प्रश्न

प्रश्न : युरोपियन संस्कृती व अमेरिकन संस्कृतीमध्ये लैंगिक समाधानास दुय्यम स्थान, तर भारतीय संस्कृतीमध्ये असणारे पतिव्रता संकल्पनेचे काय स्थान आहे?

उत्तर : पाश्चिमात्य संस्कृतीमध्ये स्त्री-पुरुषाचे स्थान समान आहे. अमेरिकन संस्कृतीत युरोपियन संस्कृतीचा अधिक प्रभाव आहे. युरोपियन लोकांच्या मूलभूत गरजांमध्ये तेथील नैसर्गिक परिस्थिती, हवामान याला अनुसरून गरजा वाढल्या आहेत. जसे की, अन्न, वस्त्र, निवारा, शिक्षण, राहणीमान व उष्णतावर्धक पदार्थ यामध्ये ड्रिंक ब्रँडी, लैंगिक समाधान या गोष्टी आल्या आहेत. सेक्स अत्यावश्यक बाब आहे. त्यामुळे गरजेच्या वेळी उपलब्ध सोयीचा उपयोग घेणे ही अत्यावश्यक बाब झाली आहे. त्यामुळे प्रेम ही संकल्पना मनाशी जोडली आहे. त्यांनी प्रेम आणि सेक्स या बाबी वेगळ्या ठेवल्या आहेत. त्यामुळे ते लोक विवाहाला करार मानतात व केव्हाही घटस्फोट घेतात व कोणत्याही वयात लग्न करतात. हे प्रमाण वृद्धामध्येसुद्धा आढळते. त्यामुळे पतिव्रता हा शब्द व त्याचे नियम त्यांना लागू होत नाहीत. स्त्रियांच्याबाबतीत ब्राझील देशात अशी काही गावे आहेत, ज्या गावात फक्त तरुण स्त्रिया राहतात. पुरुष राहत नाहीत. यावेळी सेक्स आणि पुरुष या समस्यावर कोणता मार्ग निघू शकतो, तर गावात येणारे पर्यटक त्या बायकांचे

लैंगिक समाधान करतात. पाश्चिमात्य देशात बलात्कार हा गुन्हा आहे. मात्र संमतीने सेक्स हे पुण्य आहे. याउलट भारतामध्ये संमतीने सेक्स मान्य आहे. मात्र त्यासाठी विवाह हे बंधन आहे.

रावण आणि सीता यांच्यामुळे जे रामायण घडले त्यात रावण हा पुण्यवान आहे; पापी नाही. सीतेच्या संमतीची त्याने प्रतीक्षा केली. सीतेने संमती दिली नाही. त्यामुळे सीता पुण्यवान असून तिचा आदर्श सर्व स्त्रियांसाठी प्रार्थनीय आहे. या बाबी लक्षात घेता आपले कर्म आणि कार्य आपणास अधिक पुण्यवान बनवते, हे लक्षात घेणे आवश्यक आहे. वासनेसाठी वेश्येकडे जाणारा पुरुष पापी असे म्हणता येणार नाही आणि कर्म म्हणून वेश्या व्यवसाय करणारी स्त्रीसुद्धा पापी म्हणता येणार नाही; परंतु वेश्याव्यवसाय करण्यापेक्षा कामधंदा करणे अधिक पुण्यवान होईल.

पवित्र आत्मा : पुरुष

परमेश्वराने पुरुषांना ज्या ५२ शोधशक्ती दिल्या आहेत. त्यामध्ये संयम आणि निर्णयक्षमता या शक्तीमुळेच पुरुष आपला आत्मा अमर करण्यात यशस्वी होतो. यश-अपयश या दैनंदिन बाबी आहेत; परंतु हाच पुरुष संयमाने निर्णय घेतो म्हणून अपयशातून यशाचा मार्ग शोधतो व जीवनात यशस्वी होतो!

१) स्वीकारणे : पुरुष आपल्याला ज्या धर्मात, ज्या जातीत, ज्या पंथात, ज्या समाजात जन्मास आलो, याचा स्वीकार करतो. गरिबीची हेटाळणी आणि श्रीमंतीचा गर्व पुरुषात नसतो. गुलामाच्या पोटी जन्माला आलो, म्हणून गुलामी नाकारत नाही. मात्र त्या गुलामीतून बाहेर पडण्याचा प्रयत्न करतो. तो स्वतःला दोष देत दुसऱ्याकडून द्वेष स्वीकारत नाही. परिस्थिती पाहून राहतो आणि परिस्थितीशी जुळवून घेऊन त्यातून मार्ग काढण्याचा प्रयत्न करतो आणि त्यात मार्ग निघतोही. अपंग पुरुष आपले अंपगत्व स्वीकारतो. मात्र अपंग स्त्रिया अपंगत्व स्वीकारत नाहीत त्या दुःखी असतात. लंगडा पुरुष दुसरा पाय चांगला आहे म्हणून लंगडत चालू शकतो. यात तो सुख शोधतो. दोन्ही पायाने अपंग असणारा पुरुष आपले डोळे चांगले आहेत, आपल्याला हे सुंदर जग पाहता येते, यात समाधान मानतो. तसेच कामाबाबत समाधानी असतो. आंधळा पुरुष पायाने चालता येते, यात समाधानी असतो. समाधान मानण्यावर अवलंबून असते. हे फक्त पुरुषच समजू शकतो. स्त्रिया नाही पुरुष समाजातील इतर घटकांना साहाय्य करण्याचा प्रयत्न करतो. यातच त्याची महानता लक्षात येते. अंध पुरुष अतिशय बुद्धिमान असतात.

प्रसिद्ध सिनेमा संगीतकार स्वतः अंध होते. मात्र त्यांना संगीतातील प्रत्येक इन्स्ट्रूमेंट स्वतःला वाजवता येत होते. शिवाय गाण्याला चाल लावताना कोणत्या शास्त्रीय रागात बसवतात यांचे त्यांना भान होते. म्हणून ते महान संगीतकार होते. त्यांचा गाजलेला हिंदी सिनेमा चित्रपट 'राम तेरी गंगा मैली' हा होय. आपल्या अपंगावर मात करून समाजाला आनंद देणारी अपंग व्यक्ती आणि त्या व्यक्तीचा आत्मा पवित्र का असू नये? अशी उदारणे अनेक क्षेत्रातील स्त्री-पुरुषांबाबत देता येतील. खेळ, सामान्यज्ञान, विज्ञान, मानसशास्त्र विचार, गायन, भक्ती, प्रेरणागीत, देश, प्रेम, स्वांतत्र्य, समता या विभागात अनन्यसाधारण कामगिरी करणारे अपंग होते.

२) शक्ती, ताकद आणि अधिकार याचा सदुपयोग : परमेश्वर तुम्हाला जन्माला घालताना अशा घरात जन्म घालतो की, जन्मतः तुम्हाला काही अधिकार होतात. मिळालेल्या या ताकदीची आणि अधिकाराची जाणीव वयानुरूप समजते. त्यांचा वापर सर्वसामान्यांच्या हितासाठी करावा, एवढी सारासार विवेकबुद्धी परमेश्वराने सर्वांना दिलेली असते. मिळालेल्या या अधिकाराचा वापर गरजूंसाठी व्हायला हवा, माणसे म्हणून आपण सर्व जण समान आहोत. तरीही आपल्याला जन्मतः मिळालेल्या काही अधिकाराचा न्यायपूर्ण वापर झाला आपल्या पदरी नक्कीच पुण्य जमा होते.

आपली पूर्वपुण्याई म्हणा वा आपले प्रयत्न म्हणा, त्यातून आपण एखाद्या उच्च पदी पोहोचतो. न्यायाधीश, मुख्य कार्यकारी अधिकारी, जिल्हाधिकारी, पोलीस आयुक्त अशा मोठ्या पदावर काम करण्याची संधी मिळते, तेव्हा त्या पदावर असताना मिळालेल्या अधिकारांचा वापर हा लोककल्याणासाठीच, देशहितासाठी झाला पाहिजे. सार्वजनिक पदांचा केवळ स्वार्थासाठी वापर हे पाप ठरेल, हे आपण लक्षात घेतले पाहिजे. पूर्ववाद, नातेवाईकाचा फायदा, कुटुंबाचा फायदा, भ्रष्टाचार आणि पिढीवाद याकडे सार्वजनिक पदावर कार्यरत अधिकारी वर्गाने दुर्लक्ष करणे फायद्याचे असते. अन्याय, अत्याचार, हिंसाचार यावर नियंत्रण ठेवण्यात आपल्या अधिकारांचा वापर करावा, आपल्याकडे उपलब्ध असलेल्या शक्तीचा उपयोग स्वतःसाठी जरूर करावा. इतरांवर अन्याय करून आपण यशस्वी होत असू, तर आपले काम गैरकाम समजावे. याउलट इतरांचे काम चांगले असेल, त्यात आपल्या शक्तीचे, इतरांचे आणि समूहाचे कल्याण होत असेल, तर मात्र आपणास त्रास होत असूनही इतरांना झालेली मदत आपणास पुण्यत्वाकडे नेते.

परमात्मा आपल्याकडून इतरांना मदत व्हावी अशी अपेक्षा करतो आणि आपण केलेच पाहिजे, ही आपली तीव्र इच्छा असणे आवश्यक आहे. पुण्य मिळवण्यासाठी

पापाशी संघर्ष करणे आवश्यक आहे. त्यात पुण्यवान लोकांनी विजयी होणे आवश्यक आहे. आपल्याकडील सर्व उपाय संपल्यानंतर परमात्मा आपल्याकडे मदत पाठवतो, म्हणून पापावर पुण्याचा विजय व असत्यावर सत्याचा विजय, स्वार्थावर नि:स्वार्थाचा विजय, अन्यायावर न्यायाचा विजय, सैतानावर देवाचा विजय, भोंदूपणावर विज्ञानाचा विजय, चोरांवर पोलिसांचा विजय, देशद्रोहींवर देशप्रेमीयांचा विजय या संकल्पना आपल्या पूर्वजापासून आपल्या जीवनात आल्या असून आजही जिवंत आहेत. कारण त्याचा अनुभव आपण आपल्या जीवनात घेत आहोत.

३) कलियुग व सतयुग : समानता-असमानता

जन्माबाबत झालेले लेखन काल्पनिक असून ते कलियुगातील विज्ञानाने अमान्य करून जन्म कसा होतो हे सिद्ध करून दाखवले आहे. सतयुगामध्ये समाजातील एका विशिष्ट श्रेष्ठ वर्णाचा उदय वा जन्म ब्रह्मदेवाच्या तोंडातून झाला आहे. त्या तुलनेत कनिष्ठ दर्जा असलेल्या 'क्षत्रिय' या वर्ण वा जमातीचा जन्म ब्रह्मदेवाच्या खांद्यातून झाला आहे आणि त्यापेक्षा कनिष्ठ वर्ण वा जमात असलेल्या 'वैश्यां'चा जन्म ब्रह्मदेवाच्या मांडीतून झाला आहे. काही श्लोकात या वर्ण वा जमातीचा जन्म नाभीतून (बेंबीतून) झाला असा उल्लेख आहे. सर्वात कनिष्ठ चौथी जमात म्हणजे शूद्र. या वर्णाचा जन्म ब्रह्मदेवाच्या पायातून झाला आहे, असा उल्लेख केलेला आहे. (मनुस्मृती पान नं. १ ते ३१)

विज्ञानाने कलियुगात हे सर्व अमान्य करून मानवाचा जन्म फक्त स्त्रियांच्या गर्भाशयात तेथून योनीमार्गे विश्वात अवतरण होते हे सिद्ध करून दाखवले आहे. प्रत्येक वर्गासाठी हीच प्रक्रिया कायम आहे हे सिद्ध केले आहे. त्यामुळे पुरुषाच्या शरीरात कोणाही व्यक्तीची गर्भधारणा होत नाही. गर्भधारणेसाठी स्त्रीचे महत्त्व सिद्ध झाले. गर्भधारणेसाठी पुरुष स्त्रियांना मदत करतो यापेक्षा वेगळे काही नाही.

शिक्षण : शिक्षण फक्त ब्राह्मण पुरुषांनी घ्यावे. त्यामुळे शिक्षण व्यवस्था ब्राह्मण समाजासाठी मर्यादित होती. (सतयुग)

शूद्रांनी शिक्षण घेणे अमान्य होते. शूद्रांनी शिक्षण घेतल्यास गुन्हा होतो व त्यासाठी वेगवेगळ्या शिक्षेची तरतूद आहे. मनुस्मृती भाग ४ पान ६१.

२) शूद्रांसमोर वेदाचे वाचन करू नये. - मनुस्मृती भाग ४ पान ९९.

३) शूद्रांकडून शिक्षण घेतलेला विद्यार्थी अपात्र ठरवला जाईल.

मनुस्मृती भाग 3 पान नं. १५६ - (सतयुग)

स्त्रियांसाठी शिक्षण व्यवस्था नाही त्यामुळे स्त्रियांनी शिक्षण घेऊ नये किंवा

कोणत्याही स्त्रियांना शिक्षण देऊ नये. स्त्रीला पुरुषापेक्षा दुय्यम स्थान आहे. म्हणून स्त्रियांनी फक्त प्रजोत्पादन करावे. स्त्रीच्या पुनर्विवाहाला मान्यता नाही. सती जाणाऱ्या स्त्रीला पवित्र स्त्री म्हणून मान्यता आहे. पुरुषास कोणत्याही वयाच्या स्त्रीबरोबर विवाहास मान्यता होती. त्यामुळे बालविवाह, जरठ-कुमारी विवाह प्रथा पडल्या. हे सर्व सतयुगात सुरू झाले आणि कलियुगापर्यंत तसेच राहिले.

मनुस्मृती – स्त्री विशेष वृत्त

कलियुगात इंग्रजानी भारतात शिक्षणव्यवस्था सुरू केली. सन १८४० पहिली प्राथमिक शाळा सुरू झाली. शिक्षणव्यवस्था सर्वांसाठी खुली झाली. त्यामुळे शूद्र आणि ओबीसी पहिल्यांदा शिक्षण प्रवाहात आले. अतिशूद्र वर्णातील समुदायात जन्म झालेले डॉ. बाबासाहेब आंबेडकर उच्च शिक्षण घेऊन सर्वात बुद्धिमान ठरले. सन २०२१ पर्यंत डी. एस. सी. पदवी घेणारे पहिले भारतीय डॉ. बाबासाहेब आंबेडकर होते. स्त्रियांना पुरुषाच्या बरोबरीचे स्थान मिळाले. पुरुषांच्या बरोबरीने स्त्रियांसाठीसुद्धा कलियुगात शिक्षण व्यवस्था सुरू झाली. मोठ्या पदावर स्त्रिया काम करू लागल्या. गुलामी व्यवस्था बंद होऊन सर्वांना काम, कामाचा समान मोबदला मिळू लागला. कामाचे तास निश्चित करण्यात आले. लोकांचे राहणीमान उंचावले. बालविवाह, जरठ-कुमारी विवाह कायद्याने बंद झाले. विवाहाचे वय निश्चित झाले. जातिभेद, अस्पृश्यता यांना कायद्याने बंदी घातली. हे सर्व कलियुगात घडत आहे. वाचकहो, तुम्हीच ठरवा सतयुग पुण्ययुग का कलियुग पुण्ययुग? कोणते लोक पुण्यवान, कोणते लोक पापी?

अर्थकारण : प्राचीन काळी शेती उद्योग उदयास आला. त्यामुळे शेतीवर आधारित कामे सुरू झाली. मात्र शेतीची मालकी ही विशिष्ट वर्गाकडे होती. बाकीचे सर्व शेतात मजूर म्हणून काम करत होते. परिणामी उत्पन्न एका विशिष्ट वर्गाकडे साठवले जात होते.

सतयुग : शूद्रांनी संपत्ती घ्यायची नाही. त्यांच्याकडे स्वतःची अशी संपत्ती असू नये. ही बाब ब्राह्मणांसाठी वाईट असते. म्हणून ती संपत्ती ब्राह्मण ताब्यात घेऊ शकतो.

(मनुस्मृती : भाग १० पान १२९. मनुस्मृती : (भाग ८ पान ४१७)

शूद्रांनी फक्त पोटभर जेवण करावे हे जेवण वैश्यानी द्यावे. शूद्राला स्वर्गात जायचे असेल, तर त्याने आयुष्यभर ब्राह्मणाची सेवा करावी. (मनुस्मृती भाग १० पान ३३४, ३३५)

कलियुग : शूद्रांनी स्वतःचे विविध उद्योग, व्यवसाय सुरू केले. शेती विकत घेतली, इतरांची सेवा थांबवली, शिक्षण घेतले आणि उत्तम पगाराची नोकरी मिळवली. राहणीमान व जीवनमान उंचावले. कारखानदारी उदयास आल्यानंतर त्यांना रोजगार मिळू लागला. त्यामुळे त्यांना समाजात मानाचे स्थान मिळाले. स्वातंत्र्यानंतर आरक्षणामुळे राजकीय क्षेत्रात ते आपल्या अडचणी संसदेमध्ये मांडू लागले.

समाज व्यवस्था

सतयुग : समाज ब्राह्मण, क्षत्रिय, वैश्य आणि शूद्र या चातुर्वर्ण्यवस्थेत विभागाला गेला. चातुर्वर्ण्य व्यवस्था उतरंडीसारखी होती. सर्वश्रेष्ठ ब्राह्मण. त्यापेक्षा कनिष्ठ क्षत्रिय, त्यापेक्षा कनिष्ठ वैश्य आणि सर्वात खालचा वर्ग शूद्र होता. ब्राह्मण समाज देवाचा अवतार आहे, म्हणून इतर तीन वर्गांनी त्याची सेवा करावी. हे सर्व देवाने सांगितले आहे. शूद्राला नावाने किंवा आडनावाने हाक मारावी. जातीच्या नावाने हाक मारणे अधिक चांगले. (मनुस्मृती भाग पान १ ते ९१)

२) ब्राह्मणांच्या पवित्र कार्यक्रमाचे संरक्षण क्षत्रियांनी तर कार्यक्रमाचा खर्च वैश्यांनी करावा. तिरस्कारयुक्त सर्व कामे शूद्रांनी करावीत.(भाग २ पान ३१) क्षत्रिय जरी १०० वर्षांचा असेल तरी त्याने १० वर्षांच्या ब्राह्मण मुलास बाप समजून वागणूक द्यावी. (मनुस्मृती भाग १/२ पान ११ ते १३५) त्याला वाकून नमस्कार घालावा.

कलियुग : भारताला स्वातंत्र्य मिळाल्यापासून वर्णव्यवस्था, जातिव्यवस्था कायद्याने बंदी घातलेली आहे. बुद्धिप्रामाण्यावर कोणत्याही जातीची व्यक्ती उच्चस्थानी जाते. त्यामुळे ब्राह्मण समाजाचे चोचले बंद झाले. कोणीही कोणाचे कसलेही काम केले की त्या कामाची मजुरी द्यावी लागते. जातिनिहाय सेवा बंद झाल्या. क्षत्रिय समाजाचे अस्तित्व राजवाड्यापुरते मर्यादित राहिले. जमीनदार, व्यापारी, कष्टकरी वर्ग उदयास आले. सर्वांना स्वातंत्र्य, समता, बंधुता या मूल्याची जाणीव झाली. अन्न, वस्त्र, निवारा, वीज सर्वांना उपलब्ध होतील, अशा योजना आखल्या गेल्या. सर्वांचा राहणीमानाचा दर्जा उंचावला. वेद, पुराणापेक्षा व्यक्तींविषयी व्यथा, उणिवा, प्रेम, सौंदर्य, पर्यावरण याविषयी लेखन सुरू झाले. जागतिक भाषा इंग्रजी मानून ती भाषा बोलण्यात आली. जगातील सर्व प्रकारचे, सर्व विषयांचे ज्ञान इंग्रजी भाषेतून मिळू लागले. धार्मिक कार्यक्रम आपाआपल्या धर्मानुसार करण्यास परवानगी मिळाली. परिणामी अस्पृश्यतेचा समूळ नायनाट झाला.

आता या सामान्य माहितीतून महत्त्वाची बाब लक्षात येते की कोणत्याही धर्मातील व्यक्ती असो व कोणत्याही समाजील व्यक्ती असो त्या व्यक्तीने स्वतः बरोबर इतरांसाठी काय केले यांचे मूल्यमापन मृत्यूनंतर किंवा मृत्यूपूर्वी होते. पाप आणि पुण्य या संकल्पनामध्ये पापाचे प्रायश्चित किंवा शिक्षा याच जन्मात मिळू शकते. ज्या अवयवाने पाप करायचे त्याच अवयवामार्फत शिक्षा भोगायची परिस्थिती निर्माण झाली आहे, हे निश्चित. ♦♦♦

मनुस्मृतीतील स्त्री-पुरुषांचे स्थान

मनुस्मृती ग्रंथाप्रमाणे कायद्याला स्त्रियांचा विरोध का?

मनुस्मृती ग्रंथाचे लेखन २००० वर्षांपूर्वीपूर्वी झाले. या ग्रंथाचे प्रत्यक्ष लेखन इ.स. पहिल्या शतकामध्ये पूर्ण झाले. त्यावेळच्या परिस्थितीनुसार लेखन केले गेले. लेखन करणाऱ्या व्यक्तींना भारत म्हणजेच विश्व वाटत होते. जेव्हा भारतात इंग्रज आले व भारतावर राज्य स्थापित केले. त्यावेळी भारतीयांना जगाचा परिचय होण्यास सुरुवात झाली. देशातील पुरुषांनाच अधिकार असतात ही संकल्पना मागे पडून महिलांनाही पुरुषांप्रमाणेच अधिकार आहेत, याबाबत जागृती वाढू लागली. महिलांनाही त्यांच्या अधिकारांची ओळख होऊ लागली. त्यामुळे मनुस्मृती ग्रंथातील कायदे स्त्रियांना पुन्हा गुलाम बनवतील या भीतीमुळे स्त्रियांचा विरोध कायम राहिला.

१) भविष्यात स्त्रीला चार भिंतीच्या आत कोंडून ठेवले जाईल. घराभोवती तटबंदी असेल. त्यामुळे शेजारच्या घरात कोण राहते, याची माहिती मिळणार नाही. ही स्थिती जशी माहेरात असेल, तशी सासरीसुद्धा असेल. घरात सर्व सोयी असतील. पाणी, स्वच्छतागृह, संडास, छोटासा बगीचा असेल. मात्र घराबाहेर पडता येणार नाही. कैद्यासारखी अवस्था होईल.

२) शिक्षण घरातच लिहिता-वाचता येण्यापर्यंत मिळेल. मात्र उच्चशिक्षण घेण्यास बंदी असेल. शिक्षणास बंदी पर्यायाने नोकरीस बंदी, व्यापार करण्यास बंदी, अध्ययन-अध्यापनास शाळा-कॉलेजमध्ये जाण्यास बंदी, स्वतःचे छंद

जोपासण्यास बंदी, बाहेर पडताना घराच्या उंबरठ्यापासून घरापर्यंत परत येईपर्यंत पांढरा बुरखा घालावा लागेल. दवाखान्यात जाताना बुरखा परत येताना बुरखा अशी अवस्था स्त्रियांची होईल.

३) वाहन चालवण्यास बंदी असेल, सांस्कृतिक कार्यक्रम, सिनेमागृहे, हॉटेल्स, मॉल्स तसेच मार्केटिंग करण्यास बंदी असेल.

४) स्त्रियांना समाजात दुय्यम स्थान दिले जाईल. समानता, स्वातंत्र्य हे शब्द फक्त उच्चारता येतील. प्रत्यक्षात याचा अभाव असेल.

५) स्त्रीने फक्त मुलांना जन्म देणे आणि त्या मुलांचे संगोपन, पालनपोषण करणे सक्तीचे होईल.

६) कोणत्याही मुलीचे लग्न आठ वर्षांपासून बारा वर्षांपर्यंत कोणत्याही, कितीही वर्षांच्या पुरुषाशी होईल. त्यामुळे स्त्रीला तारुण्याचे सुख मिळेलच, याची खात्री नाही.

७) काही पिढ्यानंतर सतीची प्रथासुद्धा सुर होईल. विधवा विवाहास मान्यता मिळणार नाही. त्यापुढे जरठ-कुमारी विवाहसुद्धा सुरू होतील. बहुपत्नी पद्धत सुरू होईल. स्त्री ही पुरुषांचे खेळण्याचे साधन बनेल. थोडक्यात भारतीय उच्चवर्णीय आणि मध्यमवर्गीय स्त्रियांचे तालिबानायझेशन होईल.

मनुस्मृतीबाबत भारतीय पुरुष वर्गाची प्रामाणिक इच्छा

भारताची लोकसंख्या साधारणपणे १३० कोटी असेल. त्यामध्ये भारतीय स्त्रियांची संख्या ६५ कोटी असेल, पुरुषांची संख्यासुद्धा ६५ कोटीच्या आसपास असेल. प्रौढ पुरुषाची संख्या साधारणपणे ४४ कोटी असेल. त्यामधील साधारणे ५ टक्के पुरुष म्हणजे २ कोटी २० लक्ष लोकांना मनुस्मृतीची माहिती आहे आणि त्यातील फक्त ५० लक्ष लोकांना वाटते. मनुस्मृती कायदा लागू करावा आणि ६४ कोटी ५० लक्ष पुरुषांचा या कायद्यास विरोध आहे. बहुतांशी पुरूषांचा मनुस्मृतीस विरोध आहे. या कायद्यामुळे भारताच्या एकूण लोकसंख्येपैकी १२९ कोटी ५० लोक (यामध्ये स्त्रियांसुद्धा येतात.) गुलाम होतील. मग मनुस्मृती लागू करा म्हणून आग्रह धरणारे लोक पुण्यवान की पापी? प्रत्येक नागरिकांना (पापी असणाऱ्या) किमान ८०० वर्षे पिशाच योनीची शिक्षा होईल. मृत्यू होण्याअगोदर शिक्षा निश्चित केलेली असेल, हा परमेश्वराचा न्याय असेल.

भारतीय संविधान जगातील श्रेष्ठ संविधान आहे. त्यास भारतीय लोक 'धर्मग्रंथ' मानतात. त्याच्याप्रमाणे राज्यकारभार चालवावा, ही परमात्मा परमपिता सृष्टी

निर्मात्याची इच्छा आहे आणि संविधानाचा आदर हाच परमात्म्याचा आदर आहे, अशी समजूत अनेक भारतीयांमध्ये आहे. त्यातील प्रत्येक कायद्यात परमात्मा, परमपिता यांचे दर्शन होईल आणि आशीर्वाद लाभेल. याला विरोध करणारे चुकीच्या मार्गाने अधिकार प्राप्त झालेले व अधिकार प्राप्त करून देणारे यांना पिशाच योनी मिळणार हे ग्रहित धरावे. त्यांनी त्याप्रमाणे कार्य करावे. काही वेळा परमात्याने त्यांना याच जन्मी नरक यातना देण्याची व्यवस्था केलेली असेल.

यासाठी परमात्मा परमेश्वर म्हणतात, 'मी पुरुषांसाठी ५२ शोध शक्ती जन्मतःच दिल्या आहेत. स्त्रियांसाठी ३६ शोध शक्ती जन्मतःच दिल्या आहेत. त्याचा उपयोग स्वतःसाठी जरूर करा, मात्र इतरांच्या गरजेला उपयोगी पडतील या दृष्टिकोनातून या शक्तीचा वापर करा. आपणास इतरांना मदत करता येत नसेल तरी चालेल. मात्र ज्यांना मदत मिळत असेल त्यात अडथळा आणू नका. याची नोंद परमेश्वर दरबारी होते, याचे भान ठेवा. तरच आयुष्यात तुम्ही समाधानाने जगाल. समाधानाने मृत्यू होईल. स्वर्गात प्रवेश मिळेल किंवा नाही हा मृत्यूनंतरचा भाग आहे. परमात्मा तुमच्या शरीरात असल्यामुळे त्याचा शोध घेण्यासाठी इतरत्र भटकू नका. तो तुमचा वाया जाणारा प्रयत्न आहे, लक्षात ठेवा. आपल्या कृतीतून, कार्यातून, भक्तीतून, मेडिटेशनमधून परमात्याला जागृत करा. तुम्ही एकदम सुखी व्हाल!

◆◆◆

जन्माचे रहस्य

विज्ञानाने जन्म कसा होतो, गर्भधारणा कशी होते, त्यासाठी पोषक वातावरण कसे असावे याबाबतचे संशोधन केले आहे. मूल जन्माला येण्यासाठी कोणत्या गोष्टींची आवश्यकता असते, याचे संशोधन केले आहे. विज्ञान सांगते की पुरुषांच्या वीर्यात प्रामुख्याने २३ क्रोमोझोम्सच्या जोड्या असतात (एका पेशीमध्ये) व स्त्रियांच्या गर्भाशयातील ही प्रत्येक पेशीमध्ये २४ क्रोमोझोम्सच्या जोड्या असतात. पुरुषामध्ये X आणि Y क्रोमोझोम्स असतात तर स्त्रियांमध्ये X क्रोमोझोम्सच्या जोड्या असतात. स्त्रियांच्या अंडाशयात जेव्हा पुरुषांचा Y क्रोमोझोम प्रवेश करतो. प्रत्यक्षात अर्धा Y क्रोमोझोम पुरुष आणि अर्धा क्रोमोझोम स्त्रिया मिळून क्रोमोझोम्सची एक पेशी स्त्रीच्या गर्भाशयात तयार होते, नंतर यात वाढ होऊन ३६ आठवड्यांनी स्त्री बाळाला जन्म देते, ते बाळ पुरुष जातीचे असते, याऊलट पुरुषाच्या वीर्यातील X क्रोमोझोम स्त्रीच्या X अंडाशयात प्रवेश करून एक पेशी तयार होते. नंतर वाढ होऊन बाळ जन्माला येते, ते बाळ स्त्री जातीचे असते. ही एक वैज्ञानिकानी संशोधन करून शोधून काढलेले जन्माचे सत्य आहे.

विज्ञानाच्या पलीकडे एक प्रक्रिया आहे. ज्याची सूत्रे विश्वनिर्मात्याकडे आहेत. विश्वनिर्मात्याच्या आदेशाशिवाय या गोष्टी घडत नाहीत. पृथ्वीवरील जिवाचा मृत्यू झाल्यानंतर त्या जिवाचा आत्मा परमात्म्याच्या दरबारात पोहोचतो. या आत्म्याला त्याचा मागील जन्म व सध्याचा जन्म याचा संपूर्ण जीवनप्रवास दाखवला जातो आणि खुली चर्चा केली जाते. या चर्चेमध्ये त्या आत्म्याच्या प्रवासाबाबत घडलेल्या

सर्व बाबींच्या सर्व बाजू विचारात घेऊन चर्चा केली जाते. ॲस्ट्रल बॉडी न्यूटरल असते. त्यामुळे पाप, पुण्य या बाबी सर्वांसमोर मान्य कराव्या लागतात. त्यानंतर पुढील जन्माविषयी निश्चिती करण्यात येते. यासाठी परमात्मा त्या आत्म्यास तीन माता दाखवतात.

या तीनही माता समान व्यक्तिमत्त्वाच्या, समान स्वभावाच्या, समान कौटुंबिक परिस्थितीच्या असतात. परमात्मा या तीन मातांपैकी कोणत्याही मातेची निवड करण्याची सूचना देतात. एका मातेची निवड झाल्यानंतर निर्णय होतो आणि तो आत्मा त्या मातेच्या पोटी जन्म घेण्यास सिद्ध होतो. योग्य वेळी माता व पिता यांच्या शरीरात प्रवेश करतो व मातेच्या गर्भाशयात गर्भधारणा होते. या पुढची माहिती विज्ञानाने आपणास दिलेली आहे.

मनुष्य जन्माचे महत्त्व

परमात्म्यांनी विश्वनिर्मिती करताना प्रथम एकपेशीय प्राणी निर्माण केला त्यानंतर अनेकपेशीय प्राणी निर्माण केले. पुढे बदल घडत घडत ८४ दशलक्ष प्राणी निर्माण केले. शेवटी मनुष्य प्राण्याची निर्मिती केली. म्हणजे पृथ्वीवर जन्माला घातलेल्या एकपेशीय प्राण्यास ८४ दशलक्ष जन्मातून शेवटी मनुष्य जन्म मिळाला. म्हणून मनुष्य प्राण्यास महत्त्वाचे स्थान प्राप्त झालेले आहे. म्हणून जन्माला येणाऱ्या प्रत्येक व्यक्तिने स्वतःचे महत्त्व समजून घेणे अतिशय महत्त्वाचे आहे. आपणास मनुष्य जन्म सहजासहजी प्राप्त झालेला नाही.

आपण मनुष्य जातीत जन्माला आलो. आपण भाग्यवान आहोत. आपण या जन्माचा पुरेपूर लाभ घेतला पाहिजे. परमेश्वराने व्यवस्थित नियोजन करून मानवी जीव निर्माण केला. जन्म झाल्यानंतर लगेच त्यांच्या सर्व इंद्रिय संस्था कार्यरत होतात.

जसजसे वय वाढत जाईल, तसतसे एकेक शोधशक्ती कार्यरत होतात. बुद्धी आणि शरीर यांची वाढ होते. मुलाचे वय पाच वर्षापर्यंत असताना त्यांच्या बारा शोधशक्ती विकसित होतात. वयाच्या अठरा वर्षांपर्यंतपर्यंत मुलाच्या शरीरात बदल झालेले आढळतात. मुले आणि मुली वयाच्या अठरा वर्षांपर्यंतची वाढ समान असते. समान बुद्धी, समान व्यक्तिमत्त्व, समान व्यासंग, आवड, क्षमता या सर्व बाबी समान असतात. त्यानंतरचा शोधशक्तीचा प्रवास पुढील प्रमाणे...

वय	पुरुष	स्त्री
वय वर्ष १९ ते २४	१४ शोधशक्ती जागृत	६ शोधशक्ती जागृत
२५ ते ३६	१४ शोधशक्ती जागृत	६ शोधशक्ती जागृत
एकूण जागृत शोधशक्ती	५२	३६

यानंतर संपूर्ण आयुष्यभर पुरुषाच्या ५२ तर स्त्रियांच्या ३६ शोधशक्ती जागृत असतात, यातच आयुष्याचा आनंद घ्यायचा असतो. पुरुष आणि स्त्री यांच्यातील शोधशक्तीतील फरक सोळाचा आहे. यामागे परमेश्वराचे नियोजन असले पाहिजे. याचाही विचार करणे आवश्यक आहे. काही असामान्य स्त्रियांबाबत शोधशक्तीचे गणित वेगळे आहे. त्यांच्या शोधशक्ती पुरुषांपेक्षा जास्त जागृत झालेल्या असतात. किमान ६० शक्ती प्राप्त केलेली स्त्री ही देवीचा अवतार वाटते. तिच्या शरीरात सर्व गुणांचा विकास झालेला असतो. निर्णय क्षमता, संशोधन क्षमता, शारीरिक क्षमता पुरुषांपेक्षा अधिक असते.

पुरुष आणि स्त्री यांना जन्माला घालतेवेळी परमेश्वराने दिलेली जबाबदारी

१) वंश पुढे वाढवणे. म्हणजे अपत्ये जन्मास घालणे, संगोपन करणे.

२) वयाच्या छत्तीसच्या पुढे व्यासंग वाढवण्याचा प्रयत्न करणे, इच्छा असेल त्या मार्गाने जाणे, कुटुंबात रस वाढवणे, कुटुंब जबाबदारीने व्यवस्थित चालवणे, सामान्य जीवन जगणे, जबाबदारीबरोबर आपल्या कार्यात आनंद मिळवण्याचा प्रयत्न करणे.

३) आपला व्यवसाय विकसित करणे, नोकरी, प्रामाणिकपणे पार पाडणे, आपले काम आपल्या निवडी स्वीकारणे, शारीरिक कामे, कष्टाची कामे, शेतीची कामे, कारखान्यातील कामे आपल्या क्षमतेप्रमाणे करणे.

४) निवृत्ती काळात आपल्या कष्टाचे फळ मिळते. ज्या पद्धतीचे काम त्या प्रकारे त्याच पद्धतीचे समाधान. परमेश्वराने दिलेल्या जीवन जगण्याच्या हक्काचा आस्वाद घेणे, समाधानी राहणे.

५) वयाच्या चोवीस वर्षांपासून आपल्या कार्यानुसार सर्व शोधक शक्ती जागृत होतात. आपल्या कार्यातून, संशोधनातून सर्व ५२ शक्ती जागृत झाल्यानंतरही पुढे अनेक शोधशक्ती जागृत होतात. यामध्ये आपले कार्य, आपली संशोधन करण्याची वृत्ती आणि गरज यानुसार नावीन्यपूर्ण काम करतो. आपली

संशोधक वृत्तीची प्रगती, त्यात मिळणारे यश आपली नवीन शोध शक्ती जागृत झाल्याचे लक्षण आहे.

६) आयुष्यात सरळमार्गी माणसाला वृद्धापकाळात सुख लागतेच आणि त्यांचा मृत्यूही हसत-खेळत, बोलत-चालत होतो. सरळमार्गी माणसाचा पवित्र आत्मा होतो. त्यासाठी ध्यानस्थ राहणे, पूजा करणे आवश्यक नाही. त्यांच्या वागण्यातच पूजा असते. त्याच्या बोलण्यातच अध्यात्म असते. त्या व्यक्तीने स्वार्थासाठी किंवा अनर्थासाठी कोणावरही अन्याय केलेला नसतो.

७) पाप-पुण्याची संकल्पना मानवनिर्मित असली, तरीही परमेश्वराने अगोदरच या संकल्पना गृहीत धरल्या आहेत. जन्म देतेवेळी परमेश्वराने याबाबतची कल्पना आत्म्यांना दिलेली असते. प्रत्येक व्यक्तीने चांगले राहावे, इतरांना गरजेच्या वेळी मदत करावी, ही परमेश्वराची अपेक्षा असते.

८) धार्मिक मंडळींपैकी धर्म संस्थापकांनी आपल्या प्रवचनात स्वर्ग व नरक या संकल्पना मांडल्या आहेत. परमात्म्याने नरक नामक स्वतंत्र संस्था निर्माण केली नाही; पण पापाच्या यातना मानवी जीवनात देण्याची व्यवस्था केली आहे. दीर्घ आजार, अपंगत्वाचे आजार, यातना, मानसिक त्रास, शारीरिक त्रास, मरणाची भीती घालणारा आजार निर्माण करून पापाची शिक्षा देण्याची व्यवस्था केली आहे.

९) जे पापी लोक गंभीर अपराधी असतात, त्यांना शासनाकडून मृत्यूदंडाची शिक्षा दिली जाते. अशा पापी लोकांना पुढच्या जन्मात परमेश्वराकडूनही शिक्षा होते; परंतु परमेश्वराचा न्याय हा त्या आत्म्याला मान्य करावा लागतो. पुढच्या जन्मात शिक्षा भोगण्यासाठी जन्म घ्यावा लागतो.

१०) धर्माचा बाजार मांडणाऱ्या लोकांना परमेश्वराने मोठ्या शिक्षेची तरतूद केलेली असते. धर्मोपासक निरपराध लोकांचे शोषण करत असतील, तर त्यांना पुढच्या जन्मी अपंग अवस्थेत त्याच धर्मस्थळाजवळ भीक मागण्याची शिक्षा दिली जाते. शिवाय अपंग अवस्थेच्या वेदना दिल्या जातात.

११) जन्माला येणाऱ्या प्रत्येक व्यक्तीने जीवन-रहस्य जाणून घ्यायला हवे. प्रामाणिकपणा, अध्यात्म, परमात्म्याची पूजा, गरजूंना मदत करणे आवश्यक आहे. आपल्याला याच जन्मात स्वर्गाचे सुखही लाभते आणि नरकातल्या यातनाही मिळतात. याची जाणीव प्रत्येक व्यक्तीने ठरावी, ही परमेश्वराची अपेक्षा आहे.

काही इंग्रजी सुविचार :

1) Change your Life today.
2) Dream as if you will live forever.
3) If you fell down yesterday, stand up today.
4) yesterday is past, tomorrow is future but today is gift.
5) Today, I choose life.
6) Never give up.
7) The best prepration for tomorrow is doing, yours, best today.

◆◆◆

स्वर्ग प्रवासाचे वर्णन

स्वर्ग कसा आहे? कोठे आहे?

अन्याय करणारा पापी व अन्याय सहन करणारा पुण्यवान असतो, असे म्हटले जात असले तरी अन्याय सहन करणे हेसुद्धा पाप आहे. परमेश्वराने तुम्हाला दिव्य शक्ती दिल्या आहेत. तुमच्याकडे राग आहे. तुमच्या शरीरात ताकद आहे. मग त्या ताकदीचा तुम्ही वापर का करत नाही? विनाकारण जर तुम्हाला 'अरे' म्हटले तर 'कारे' ने उत्तर देणे गरजेचे असते. तुमच्यावर विनाकारण कोणीतरी हल्ला केला, तर तुमच्या ताकदीने हल्ला परतवला पाहिजे. यात ना पुण्य मिळेल ना पाप होईल. मात्र विनाकारण त्रास देणारा पापी ठरेल. जन्माला येणाऱ्या प्रत्येक स्त्री-पुरुषासाठी परमेश्वराचे पहिले काम नवीन बाळ-अपत्य जन्माला घालणे-प्रजनन वाढवणे हे आहे. त्यानंतर जीवन जगत असताना आपला त्रास इतरांना न होईल याकडे लक्ष देणे. आपला संसार सुखाने करावा. संसारात येणाऱ्या अडचणीवर चांगल्या मार्गाने मात करावी. आपल्या आयुष्यात पापाच्या तुलनेत पुण्याचे प्रमाण जास्त असले, तरच आपल्याला स्वर्गात स्थान मिळू शकते. गेल्या जन्मातील पापाची परतफेडसुद्धा या जन्मात पूर्ण झालीच पाहिजे. त्याशिवाय मोक्ष मिळत नाही. परमेश्वराने जन्माला घातले. जातीचा, धर्माचा, समाजाचा, परिसराचा नातेवाइकांचा, नात्यांचा, मित्रांचा, त्या शहराचा, त्या गावाचा, राज्याचा, देशाचा प्रथम स्वीकार केला पाहिजे. आपल्याकडे असणारे शरीर, सौंदर्य, विद्रुपता काळा किंवा गोरा रंग याचा स्वीकार करणे, त्याचा आदर करणे, हे आपल्या जन्माचे

पहिले कर्तव्य आहे. जेव्हा आपण सज्ञान होतो, तेव्हा बुद्धिप्रामाण्यावर विश्वास ठेवून योग्य वागणे हे दुसरे महत्त्वाचे कर्तव्य आहे. तिसरे महत्त्वाचे कर्तव्य म्हणजे आपल्या कष्टाचे योग्य फळ मिळते का ते पाहणे आणि योग्य फळ मिळण्यासाठी प्रयत्न करणे. आपला प्रयत्न इतरांचे मन दुखावेल असा प्रयत्न असू नये. न्यायाने वागावे, न्यायाने बोलावे, न्यायानेच काम करावे. जबाबदारीची जाणीव ठेवून काम करणे गरजेचे असते. याला ना श्रीमंत व्यक्ती अपवाद आहे ना गरीब. ज्या शक्तीने आपल्याला मनुष्य जन्म दिला, त्या शक्तीचे आपण नामस्मरण करणे, मेडिटेशन करणे आवश्यक आहे. हेच आपल्याला मोक्षाचा मार्ग दाखवते.

जे लोक समाधानी असतात ते लोक सुखी असतात. समाधानी व्यक्तीला मरणाची भीती वाटत नाही, प्रत्येक आत्मा बहुतांशी परमात्म्याने दिलेली अपत्ये निर्मितीची कामगिरी पूर्ण करतात. जे लोक हे न करता फक्त वैराग्य प्राप्त करतात, त्यांची परीक्षा परमात्मा घेतो. परमात्मा म्हणजेच विश्वनिर्माता होय. त्यामुळे परमात्म्याचे विश्वातील प्रत्येक बाबीवर नियंत्रण असते. जिथे कोणीच पोहोचत नाही, तिथे परमात्म्याचे अस्तित्त्व असते. सामान्य कुटुंबात जन्मलेली व्यक्ती सामान्य आत्माच असते, असे नाही. त्याचे सामान्य कुटुंबाशी जुळवून घेतलेले आपले आयुष्य असामान्य असू शकते. अशा वेळी त्या व्यक्तीचा आत्मा असामान्य होतो. यालाच आपण 'पवित्र आत्मा' म्हणतो.

एका सामान्य माणसाने त्याच्या नैराशाच्या काळात जिवंतपणे अनुभवलेल्या मृत्यूसंबंधीचे कथन वाचण्यात आले. त्या कथनातील गांभीर्य आणि त्यासंबंधीचे प्रत्यक्ष वास्तव त्याचाच तोंडून वाचकांपर्यंत पोहोचण्याच्या दृष्टीने आहे, त्याच्याच शब्दात त्याने केलेले कथन आपल्याकरता इथे शब्दबद्ध केले आहे. त्या व्यक्तीचे मृत्यूसंबंधीचे कथन त्याला गाढ निद्रेत असताना पडलेले स्वप्नही असू शकते किंवा नैराश्याच्या काळात झालेला मानसिक आजार असेल; परंतु त्याचे अनुभवकथन वाचकांना एका वेगळ्या विश्वात पोहोचवू शकेल, इतके ते प्रभावी आहे. त्यामुळे त्यासंबंधीचे त्याचे कथन मी त्याच्याच भाषेत लिहीत आहे.

मी एक सामान्य माध्यमिक शिक्षक. जन्मापासून संघर्षमय जीवन जगत माझ्या वयाच्या छप्पन्न वर्षांपर्यंत पोहोचलो आहे. आतापर्यंतच्या माझ्या आयुष्यात पाप किंवा पुण्य घडले असेलच. त्याचे काही मी मोजमाप केलेले नाही; परंतु मी प्रामाणिकपणे सांगतो की, मी एक सामान्य मनुष्य होतो, आहे आणि यापुढे असणार आहे. माझा जन्म मागासवर्गीय कुटुंबात झाल्यामुळे मला आई-वडिलांकडून अन्याय सहन करण्याचे लहानपणापासून शिक्षण मिळाले होते.

म्हणूनच अन्यायाला सामोरी जाण्याची क्षमता माझ्यात अधिक होती. माझे वय जसजसे वाढत गेले, तसतसे माझे शैक्षणिक ज्ञान वाढत गेले आणि जातीयवाद कमीकमी होत गेला. माझ्या वयाच्या सोळाव्या वर्षी माझ्या गावातील जातीयवाद संपूर्णपणे संपला आणि आता आमच्या गावात समानता हे मूल्य प्रभावी आहे. मी माझे शिक्षण चालू ठेवले. पदवीसह व्यवसाय-शिक्षणात पदवी घेतली. मी एका माध्यमिक शाळेत नोकरीस लागलो. लग्न केले. गृहस्थाश्रम स्वीकारला. अपत्ये झाली. मुलांच्या शैक्षणिक खर्चासाठी ओढाताण करत होतो. यातच मी माझ्या वयाच्या छप्पन्नाव्या वर्षांपर्यंत येऊन पोहोचलो. याच वर्षी माझ्या जीवनाला कलाटणी मिळाली. मी पूर्णपणे डिप्रेशनमध्ये गेलो. तरीसुद्धा मनावर ताबा मिळवून मी माझे अध्यापनाचे काम केले.

माझा जन्म जून १९५५चा आणि सन २०११मध्ये माझे वय छप्पन्न वर्षांचे होते. मी नोकरी जिल्ह्याच्या ठिकाणी असलेल्या एका कन्या शाळेत करत होतो. मी माध्यमिक विभागात साहाय्यक शिक्षक म्हणून काम करत होतो. जिल्ह्यापासून ३० किलोमीटर अंतरावर एका खेड्यात वास्तव्यास होतो. सन २०११ जुलै महिना माझ्यावर नियोजित प्लॅन करून डिप्रेशनमध्ये घालवण्याचा प्रयत्न झाला. हा प्रयोग विज्ञानात मानसशास्त्रीय प्रयोग म्हणता येईल. त्याचबरोबर माझ्या मेंदूवर नियंत्रण ठेवण्याचा प्रयोग झाला. विज्ञान सिद्ध करू शकत नाही. या प्रयोगासाठी सैतानी शक्तीचा वापर करण्यात आला. यासाठी त्यानी एका व्यक्तीकडून चेष्टा करण्यात आली आणि त्याचबरोबर माझ्या शरीरात एका अदृश्य शक्तीने प्रवेश केल्याचे जाणवले. मी अनुभव घेतला त्यामुळे त्याचे वर्णन करू शकतो. या अदृश्य शक्तीने प्रथम माझ्या मनावर नियंत्रण मिळवले. मनात पूर्ण भीती निर्माण केली. मनात बसलेली भीती एवढी जबरदस्त होती, की त्याचे वर्णन कसे करावे, हे मला समजत नव्हते. मन एका विशिष्ट गोष्टीवर केंद्रित होते, की त्याने माझी मिस्किल चेष्टा केली. एकच विचार आणि मनात मरणाची भीती! आता आपणास कोणीही वाचवू शकत नाही. आपला मृत्यू अटळ आहे आणि माझ्या मृत्यूमुळे माझा संसार संपूर्ण उद्ध्वस्त होणार. मुलांचे शिक्षण अपुरे राहणार. माझी पत्नी माझ्यानंतर घर चालवण्यास सक्षम नव्हती. त्यामुळे मी आणखी नैराश्यावस्थेत गेलो. घरी कुटुंबात कोणाशीही न बोलणे पसंत केले. मनात आत्महत्या करण्याचा विचार सुरू झाला; पण आत्महत्या हा माझा नैसर्गिक मृत्यू नाही याचाही विचार मनात तग धरू लागला. मला मृत्यूची भीती नव्हती, तर माझ्या मृत्यूनंतर माझ्या कुटुंबाचे काय होणार आणि त्याच्या परिणामांची चिंता एकसारखी वाटत होती. मुले अनाथ

होणार त्यांचे शिक्षण पूर्ण होणार नाही. या जाणीवेतून मी आत्महत्या हा विषय मनातून पूर्णपणे काढून टाकला. परमेश्वराने आपला जन्म देताना मृत्यूचा विचार निश्चित केला असला पाहिजे. त्यामुळे मृत्यू परमेश्वरावर सोपवून डिप्रेशनमधून बाहेर येण्याचा विचार सुरू झाला. यासाठी वैद्यकीय उपचार घेण्यास सुरुवात केली. दरम्यानच्या काळात रात्रीची हरवलेली झोप आता पूर्ववत होत आहे. त्याचबरोबर मांत्रिक उपचार घेऊ लागलो. ज्योतिषशास्त्र उपचार, पूर्वजांची शांती पूजा, ग्रहशांती पूजा सुरू केली. यातून फरक पडल्याचे मला आठवत नाही. मी नंतरचे दहा दिवस अंथरुणातच होतो. या काळात मी केव्हा जेवत होतो; मी काय बोलत होतो, हे मला आठवत नाही; परंतु मी निद्रावस्थेत असताना एका विशिष्ट जगात जाऊन आलो. याची मात्र आठवण, ते दृश्य आजही माझ्या डोळ्यासमोर सुरू आहे असा भास होतो. हा अनुभव अविस्मरणीय होता. जगात अशा प्रकारचा अनुभव घेतला असेल, तर फक्त परमेश्वरालाच माहीत असणार.

माझा डिप्रेशनचा दिवस दुसरा होता. झोपेची गोळी खाऊनही झोप लागत नव्हती. घरातील सर्व जण झोपी गेले होते, रात्रीचे साधारणपणे बारा वाजले होते. अंगावर पांघरूण घेऊन मी पडलो होतो. अचानक माझे दोन्हीही हात कोणीतरी दोन व्यक्तींनी पकडले. मला डोक्याच्या बाजूने ओढू लागले. ते दोन लोक शरीराला पिळा टाकून म्हणजे वर्तुळाकार ओढत होते. एवढ्यात त्यांच्या ओढण्याने माझे भौतिक शरीरासारखे दुसरे शरीर बाहेर आले. मी दोन व्यक्तींना आपण कोण आहात, आपला परिचय मला सांगाल का, अशी विनंती केली. त्यांनी मला सांगितले, 'दोघे तिबेटीयन लांबा आहोत.' तुम्ही त्या शरीरातून त्याच शरीरासारखे दुसरे शरीर कसे बाहेर काढले, असे मी विचारले असता त्यांनी उत्तर दिले, 'झोपलेले शरीर हे खरे शरीर आहे. आत त्या शरीराच्या सर्व क्रिया चालू आहेत. हे बाहेर काढलेले शरीर हे पारदर्शी शरीर आहे. इंग्रजीमध्ये या शरीराला 'ॲस्ट्रल बॉडी' असे म्हणतात. आता तुमचा आत्मा फक्त आम्ही पारदर्शी शरीराबरोबर ठेवला आहे, म्हणून तुम्ही आमच्याबरोबर बोलत आहात. आपले संभाषण घरातील कोणालाही ऐकू येत नाही किंवा आपले शरीर त्यांना दिसणार नाही. ते लोक तुमच्या झोपलेल्या भौतिक शरीराला पाहू शकतात.

मी पुन्हा त्यांना विनंती केली, की आता मला मृत्यूने नेऊ नका. कारण माझ्या अनुपस्थितीत माझ्या मुलांचे शिक्षण पूर्ण होणार नाही. माझ्या मृत्यूमुळे त्यांच्याकडे उत्पन्नाचे अन्य साधन असणार नाही. प्रथम तुम्ही माझ्या मुलांच्या शिक्षणाची व्यवस्था करा. नंतर मला घेऊन जा. यावर तिबेटीयन एक लांबा म्हणाला,

त्याची काळजी तुम्ही करण्याचे काम नाही, परमात्म्याने त्यांच्या शिक्षणाबाबतचे नियोजन अगोदरच केले आहे. आम्ही परमात्मा दूत आहोत, देवदूत आहोत आणि आमच्यावर जेव्हा हे सोपवले जाते, त्यावेळी ते शरीर पवित्र आत्म्याचे असते. इतर लोकांचे पारदर्शी शरीर आणण्यासाठी देवदूत येत नाहीत. त्यांची ॲस्ट्रल बॉडी स्वतःहून परमात्म्याकडे जाते आणि त्यांच्यासाठीची व्यवस्था कैलास पर्वतावर केलेली आहे. तुम्हाला या पलीकडे सजीव वस्ती असणारे नऊ ग्रह ओलांडून परमात्मा दरबारात जायचे आहे आणि तुमचा पाप-पुण्य यांचा समान बॅलेंस झाल्यामुळे तुम्हाला नेण्यासाठी आम्ही आलो आहोत आणि हे सर्व तुम्ही नैराश्यात गेल्यामुळे बॅलेन्स झाला आहे. आता तुम्ही आमच्याबरोबर निघायचे आहे. तुम्ही जाण्याची मानसिक तयारी करा. जर माझे या आयुष्यातील काम पूर्ण झाले असेल, तर मी यायला तयार आहे. आपणाकडे पाहून तुम्ही देवदूत असाल, असे मला वाटत नाही. आपल्या चेहऱ्यावर एक वेगळे तेज आहे. आपला पोषाख पाहून आपण भगवान गौतम बुद्ध असावे, असे वाटते. एकसारखे दिसणारे भगवी वस्त्र परिधान करणारे व्यक्तिमत्त्व आणि आपल्या शरीराभोवतीचा तेजोमय प्रकाश यावरून हे पाहून माझे मन प्रसन्न झाले आहे. कृपया आपण आपला परिचय द्याल का? हा प्रश्न मी पुन्हा त्यांच्यापुढे विनम्रपणे मांडला.

'जगाच्या नकाशात तिबेट हा प्रदेश देवभूमीचा प्रदेश आहे आणि या प्रदेशात वास्तव्य असलेले आम्ही लांबा समुदायातील लोक आहोत. गौतम बुद्धाच्या मृत्यूनंतर आम्ही बौद्ध झालो. आमचे आयुष्य बुद्धाला शोधण्यात गेले आणि आयुष्याच्या शेवटच्या टप्प्यावर आम्हाला बुद्धत्व प्राप्त झाले. आमच्या ज्ञानाचा समाजासाठी काहीही उपयोग झाला नाही. मात्र आम्हाला स्वर्गात स्थान प्राप्त झाले. आम्ही स्वर्गात राहतो. मात्र पवित्र आत्म्याचे स्वागत करण्यासाठी आम्ही उत्सुक असतो. गौतम बुद्धानंतर आमच्यासारख्या अनेक लोकांना बुद्धत्व प्राप्त झाले आणि स्वर्गात स्थान मिळाले. मी एकशे सदतिसावा बुद्ध भक्त आहे,' पहिला लांबा म्हणाला. तोच दुसरा लांबा म्हणाला, 'मी एकशे एकेचाळिसावा बुद्ध भक्त आहे. तुमचे पारदर्शी शरीर घेऊन जाण्याची संधी मिळाली, यातच आम्ही आमचे समाधान मानतो. आमच्या तिघांत चर्चा सुरू होती. बाजूला माझे भौतिक शरीर पडलेले होते. शरीराच्या सर्व क्रिया चालू होत्या, मात्र त्या शरीरात आत्मा नव्हता. आम्ही बाहेरच्या खोलीत आलो, सर्व मुले, माझी पत्नी शांतपणे झोपलेली होती. लांबांच्या परवानगीने प्रत्येकाच्या डोक्यावर हात ठेवला. प्रत्येक मुलाच्या डोक्यावर हात ठेवला, की त्यांचा जन्मापासून इथपर्यंतचा सचित्र प्रवास माझ्या

डोळ्यासमोर दिसला. शेवटी पत्नीच्या डोक्यावर हात ठेवला आणि डोळ्यातून अश्रू आले.

लाबांनी मला सांगितले, 'तुमचे शरीर पारदर्शी म्हणजेच ॲस्ट्रल बॉडी झाल्यामुळे तुम्हाला तुमच्यासमोर येणाऱ्या प्रत्येक व्यक्तीचा भूतकाळ समोर येईल. आता तुमच्या खऱ्या रक्ताच्या नात्यांची भेट घेतली. आता पुढील प्रवासासाठी निघू या,' असे म्हणत आम्ही घराच्या बाहेर आलो. आणि अचानक मी आणि दोन लांबा यांच्या शरीराबरोबर अवकाश प्रवेश सुरू होऊन गतिमान झालो. पृथ्वीपासून खूप उंचावर आलो होतो, मात्र सर्वत्र अंधारच दिसत होता. आम्ही तिघे वेगाने प्रवास करत होतो.

आमचा अवकाश प्रवास बराच वेळ चालू होता. एवढ्यात एक जांभळ्या रंगाचा पृथ्वीसारखा ग्रह दिसला. मी लांबांना विचारले, 'हा कोणता ग्रह आहे?' यावर लांबा म्हणाले, 'या ग्रहावर वस्ती निर्माण होण्यास किमान दहा हजार कोटी वर्षे लागतील.' आम्ही आमचा प्रवास त्याच वेगाने सुरू ठेवला. मला या अंधारात कोठे जायचे आहे हेच समजेनासे झाले होते. लांबांच्या साहाय्याने मला गोष्टींची माहिती मिळत होती. अजून काही अंतरावर गेलो त्यावेळी पुन्हा पृथ्वीसारखा परंतु आकाराने लहान ग्रह दिसला. लांबाने प्रश्न विचारण्याअगोदर उत्तर दिले. हा लघुग्रह आहे या ग्रहावर केव्हाही वस्ती असणार नाही. आमचा प्रवास पुढे तसाच चालू होता. पुन्हा पुन्हा आम्हाला काळसर ग्रह दिसला. लांबाने सांगितले, 'आपण पृथ्वीपासून तीन ग्रह पुढे आलो. यापुढे तुम्हाला वेगळे चित्र पाहायला मिळेल.' चौथा ग्रह पृथ्वीवरील दगड-लोखंडाचा गोल ग्रह दिसत होता. काही ठिकाणी हिरवळ दिसत होती. पाण्याचे साठेही दिसत होते.

पृथ्वीपासून दूर चौथ्या ग्रहाजवळ आलो. लांबा म्हणाले, 'आपल्या गतीचा वेग कमी करू या. म्हणजे या ग्रहाची माहिती सांगता येईल.' आम्ही अतिशय हळुवार गतीने त्या ग्रहाजवळून चाललो होतो. या ग्रहावर जंगली प्राणी पृथ्वीसारखेच दिसत होते. मात्र लोक ठेंगू वाटत होते. त्यांची उंची साधारणपणे तीन फूट ते चार फूट असावी असे वाटत होते. लांबांने सांगितले, 'हेच ते एलियन लोक आहेत. यांनी विज्ञानात फार मोठी प्रगती केली आहे. ते पृथ्वीपर्यंत पोहोचण्यात यशस्वी झाले आहेत; परंतु त्यांना पृथ्वीवर मुक्काम करता आला नाही किंवा राहता आले नाही. याचे कारण फक्त परमात्म्यांना माहीत, आम्हाला नाही. कारण फक्त या सर्व ग्रहावरील सृष्टीचा निर्माता परमात्मा आहे. त्यांनाच याचे उत्तर माहीत असावे!'

'आता आपण पृथ्वीपासून पाचव्या ग्रहापर्यंत पोहोचत आहोत. यावेळी पुन्हा

आम्ही प्रवासाचा वेग कमी केला. पाहतो तर आम्हाला ही दुसरी पृथ्वी आहे असे वाटू लागले. जंगलमय प्रदेश, पाण्याचे महासाठे, महासागर, तसेच वावरणारे लोक आदिमानवासारखे असे वाटू लागले, यावेळी लांबांनी आम्हाला या ग्रहाविषयी माहिती सांगण्यास सुरुवात केली. या ठिकाणी परमात्म्याने प्रथम जीवसृष्टी निर्माण केली. वनस्पतींची लवकर वाढ झाली. सर्वत्र जंगले निर्माण झालीत. प्राणीसृष्टी हळूहळू उत्क्रांतीने वाढत आहे. या ठिकाणी पृथ्वीवरील आदिमानव दिसतो. हळूहळू त्याच्यात फरक होईल.' आमचा प्रवास सुरूच होता. एवढ्यात एका अतिशय सुंदर अशा ग्रहाजवळ आम्ही पोहोचलो. दोन्हीही लांबा म्हणाले, 'थोडा वेळ या ग्रहावर थांबू या!' आम्ही त्या ग्रहावर उतरलो.

सभोवार लख्ख प्रकाश पडलेला. भौमितिक पद्धतीने साकारलेले अतिशय सुंदर बगीचे. त्यात विविध रंगांची, गंधांची फुले होती. ज्यामुळे तेथील वातावरणात येणाऱ्या प्रत्येकाला आल्हाददायक वाटत होते. तेथे पृथ्वीवरील रस्त्याप्रमाणे रस्ते दिसत होते. हिरवीगार पिकेसुद्धा दिसत होती. मात्र इथे कोणत्याही प्रकारचे प्राणी वा एकही माणूस दिसत नव्हता. आम्ही सर्व जण गप्पा मारत बसलो होतो. झालेल्या प्रवासाची चर्चा चालू होती.

मी कुतूहलाने लांबांना विचारले, 'या ठिकाणी कोणत्याही प्रकारचे प्राणी कसे दिसत नाहीत?'

लांबा म्हणाले, 'या ठिकाणी प्राणी आहेत. सुधारित मनुष्य वस्ती आहे. मात्र आपण ॲस्ट्रल बॉडीमध्ये आहोत, त्यामुळे आपणास ते दिसत नाहीत. आपल्या डोळ्यातून निघालेले दृष्टिकिरण त्यांच्या शरीरावर पडत नसून, ते आरपार पुढे जात आहेत. त्यामुळे येथील लोक आपल्याला दिसत नाहीत, तसेच त्यांनासुद्धा आपण दिसत नाही. इथे पाणी आहे. प्रकाश आहे, उष्णता आहे, बर्फाळ प्रदेश आहे; परंतु ते सर्व आपल्या दृष्टिपटलावर दिसत नाही.' ही माहिती परमात्म्यांनी आम्हाला दिली. आम्ही थोडा वेळ तेथील वातावरणाचा आनंद घेतला आणि पुढच्या प्रवासासाठी निघालो.

या ग्रहापासून काही अंतरावर गेलो. एवढ्यात पुन्हा अंधार सुरू झाला. आम्ही दूरवर निघून गेलो. त्यानंतर दोन ग्रह दिसले. आम्ही त्या ग्रहांच्या बाजूने पुढे गेलो. सर्वत्र अंधार असतानाच आम्हाला एक सपाट भूभाग दिसला. साधारणपणे २० कि.मी. त्रिज्येच्या भूभागावर सोनेरी पिवळ्या रंगाचा प्रकाश पडलेला दिसला. आम्ही त्या भूभागावर पोहोचलो. नंतर अचानक गर्द जांभळ्या रंगाचा पट्टा आढळला. तो पट्टा ओलांडून आम्ही आत गेलो. आतमध्ये गेल्यानंतर आम्हाला

गोलाकार टेबल दिसले. त्या टेबलाभोवती सात लोक बसतील अशी व्यवस्था केली होती.

"हे काय आहे?" मी तिबेटी लांबांकडे चौकशी केली.

त्यांनी उत्तर दिले, "हेच ते गुरुमंडल आहे. याच ठिकाणी तुम्हाला गेला जन्म, व सध्याचा जन्म याची तपशीलवार माहिती दाखवली जाते. त्यावर सर्वांसमक्ष चर्चा केली जाते व पुढील जन्माविषयी माहिती दिली जाते. तुम्हाला इथपर्यंत आणायचे आमचे काम पूर्ण झाले आहे. तुम्ही पुढील काम गुरुमंडलात करा." मी गोलाकार टेबलाजवळ गेलो आणि शांतपणे उभा राहिलो. एवढ्यात एक व्यक्ती त्या ठिकाणी आली आणि मला म्हणाली, "गुरुमंडलात तुमचे स्वागत आहे. मी माझा परिचय तुम्हास देतो. माझे नाव ॲलेक्स ऑर्बिटो आहे. मी एक सर्जन डॉक्टर असून गुरुमंडलाचा सदस्य आहे. मी हिलिंग सर्जरी करतो. हिलींग सर्जरी म्हणजे बिनटाक्याचे ऑपरेशन होय. माझे गुरू गौतम बुद्ध होते. त्यांच्याकडूनच मी हिलिंग सर्जरीची विद्या आत्मसात केली आहे. पृथ्वीवर भारत देशातील बिहार राज्यात मी आत्मसात केलेले ज्ञान अद्यापही मला चांगले अवगत आहे. म्हणून सर्जरी आजही करतो. मी सध्या फिलीपिन्स या देशात राहतो. तेथे विज्ञानाचा प्रभाव अधिक असल्याने मी तेथील लोकांची बिनटाक्याची सर्जरी करतो. ज्यावेळी स्वर्ग लोकात विशेषतः गुरुमंडलात काम असेल, त्यावेळी मी पृथ्वीवरून काही क्षणात येथे येतो व येथील काम पूर्ण झाल्यावर लगेच पृथ्वीवर जातो. मला तुमची छोटीशी सर्जरी करायची आहे. आता मी माझे काम सुरू करतो. तुम्ही माझ्या हाताच्या उंचीइतके माझ्यासमोर आडवे झोपा."

मी म्हणालो, "कशावर झोपू? इथे टेबल वगैरे नाही."

त्यावेळी डॉ. म्हणाले, "तुमचे शरीर हे ॲस्ट्रल शरीर आहे. तुम्हाला टेबलाची आवश्यकता नाही."

मी त्यांच्यासमोर हवेतच आडवा तरंगत राहिलो. मला सपोर्टची गरज लागली नाही. त्यांनी माझ्या छातीच्या उजव्या बाजूने स्तनालगतचा भाग ओपन केला. त्यातून रेडीश ब्ल्यू लिक्विड काढले.

मी त्यांना विचारले, "हे काय काढले?" त्यावर ते म्हणाले, "हा तुमचा सायकिक स्टोमॅटा आहे, तो काढल्यामुळे तुमचे शरीर शुद्ध झाले. आता मी फाडलेला भाग पुन्हा जुळवतो. त्यांनी फाडलेला भाग पूर्वीप्रमाणे असा होता तसा जुळवला आणि फाडलेल्या भागावरून दोन वेळा बोटाने दाबून बसवला. नंतर हात हळुवारपणे त्या सर्जरीवर फिरवला आणि उभे राहण्यास सांगितले. मी उभा राहिलो.

आश्चर्य असे की माझी त्वचा पूर्वीसारखी दिसू लागली. एकही ओरखडा किंवा जखम त्यावर दिसत नव्हती. त्यांनी मला पुन्हा सांगितले, 'तुमचे येथे येण्याचे काम संपले आहे. तुमच्या पाप-पुण्याचा समतोल आहे. तुमचे या जन्मातील आयुष्य अजून शिल्लक आहे, ते पूर्ण करण्यासाठी परत पृथ्वीवर जावे. राहिलेले आयुष्य पृथ्वीवर पूर्ण करून परत गुरुमंडळात या. आता तुम्हाला समोरच्या गोल टेबलावर तुमचे सध्याचे आतापर्यंतचे आयुष्य आणि गेल्या जन्मातील आयुष्य दाखवले जाईल, ते पाहा व नंतर पृथ्वीवर जा. मी निघतो.'

ॲलेक्स ऑर्बिटो पृथ्वीवर राहून लोकांची सेवा करतात आणि गरज वाटेल तेव्हा स्वर्गात जातात, ही एक नवीनच माहिती मिळाली. मी परमात्मा परमेश्वर यांचे आभार मानले व तेथेच त्यांच्या नावाने साष्टांग दंडवत घातला. परमात्मा परमेश्वर आपण महान आहात. माझ्यासारख्या सामान्य मानवाला आपल्या दरबारात बोलावले आणि माझ्या शरीरासह आत्म्याचे शुद्धीकरण केलात त्याबद्दल आपले आभार मी कसे व कोणत्या शब्दात व्यक्त करू, हे मला समजेनासे झाले आहे. आपण महान आहात. होय, खरोखरच आपण महान आहात. एवढ्यात ॲलेक्स ऑर्बिटो अदृश्य झाले. तेथे कोणीच नव्हते. मी विचारात पडलो. मी इथे आलो. आता पुढे काय? हा प्रश्न माझ्या मनात असतानाच आकाशवाणी व्हावी तसा आवाज आला. 'आता तुम्हाला गर्भबीजपासून ते आतापर्यंतचा तुमचा जीवनप्रवास दाखवला जाईल!' असा एक धीरगंभीर आवाज आला.

मी गोल टेबलासमोर बसलो आणि माझा जीवन प्रवास पाहण्यास सुरुवात केली. प्रवास एकूण छप्पन्न वर्षांचा होता. त्याच टेबलावर मला प्रत्येक वर्षाचा प्रवास मूळ ठिकाणी जसे घडले तसेच दाखवण्यात आला. छप्पन्न वर्षे पूर्ण झाल्यानंतर माझ्या हातून झालेले पुण्य व पाप याचे सचित्र दर्शन मिळाले. त्यानंतर लगेच माझा गेल्या जन्माचा जीवनप्रवास दाखवण्यास सुरुवात केली. मी गेल्या जन्मात एक जमीनदार होतो. असंख्य लोक माझ्या शेतात कामासाठी होते. त्यांच्यासोबत माझी वतर्णूक न्यायपूर्ण होती की अन्यायपूर्ण हे दाखवले. मला माझा मृत्यू कसा झाला, हे दाखवले. गेल्या जन्मातील पाप घेऊन मी हा जन्म घेतला. या जन्मात मी गेल्या जन्मात केलेले पाप फेडले; परंतु माझी डिप्रेशन अवस्था पूर्ण झाल्याशिवाय पाप-पुण्य यांचा बॅलेन्स होत नाही, म्हणून मी डिप्रेशनमध्ये गेलो. आता पाप-पुण्य हा भाग माझ्यासाठी संपला असून, उर्वरित आयुष्य उपभोगण्यासाठी मला पुन्हा पृथ्वीवर पाठवण्याची व्यवस्था झाली.

माझे भौतिक शरीर मी पाहिले आणि त्या शरीरात मी प्रवेश केला. मी झोपेतून

जागा झाल्यासारखा उठलो. अंघोळीसाठी पाणी देत पत्नी म्हणाली, "आज तुमचा चेहरा हसतमुख दिसत आहे. गेल्या दहा दिवसांत तुम्ही शाळेला जात होता. परत येत होता; परंतु फारसे बोलत नव्हता."

मी मनात म्हणालो, 'मी तर गेले दहा दिवस स्वर्गात होतो. मग माझे पृथ्वीवर काम कसे चालले होते.' हे त्यावेळी माझ्या शरीरातील जागृत शक्तीने सांगितले, 'ते काम आम्ही करत होतो, कारण आम्हाला माहीत होते, की तुमचे पारदर्शी शरीर पुन्हा भौतिक शरीरात विलीन होणार आहे.'

♦♦♦

सर्जन डॉ. ॲलेक्स ऑर्बिटो

ॲलेक्स ऑर्बिटो हे सामान्य शेतकरी कुटुंबात जन्माला आलेले चौदावे अपत्य होय. त्यांचे कुटुंब हिलिंग प्रेरित होते. यामध्ये त्यांच्या आईचा हिलिंगवर फार मोठा विश्वास होता. आईच्या प्रेरणेतून ॲलेक्स हिलिंगकडे वळले. Healing may operationally defined as the personal exprience of the transcendance of suffering. Physician can inhance their abilities as headers by recognizing, diagnosing minimizing and relieving, Suffering as well as helping patients transcend suffering. घाव किंवा जखम भरून येण्याची नैसर्गिक प्रक्रिया म्हणजे हिलिंग होय!

हिलिंग याचा अर्थ आश्वासन, शांत करणे, सुधारणे, आराम करणे, सुलभ होणे, सुलभ करणे, मदत करणे, मऊ करणे, निरोगी बनण्याची किंवा बनवण्याची प्रक्रिया.

• **जन्म :** ॲलेक्स ऑर्बिटो यांचा जन्म २५ नोव्हेंबर १९४० रोजी फिलिपिन्सच्या उत्तरेकडील एका खेड्यात झाला. त्यांच्या शिक्षणाविषयी निश्चित माहिती नाही.

• **आवड व छंद :** आईच्या प्रेरणेमुळे ॲलेक्स यांचा हिलिंग चळवळीमध्ये सक्रिय सहभाग राहिला. लहानपणापासूनच संशोधनाची आवड असल्याने त्यांनी त्यावर अनेक प्रयोग केले. परमेश्वराच्या आशीर्वादाशिवाय हिलिंग या विषयात संशोधन होणार नाही, ही भावना निर्माण झाली. त्यामुळे अध्यात्म आणि संशोधन या

प्रक्रिया एकाच वेळी सुरू ठेवल्या.

• **यश :** वयाच्या चौदाव्या वर्षी म्हणजे सन १९५४ मध्ये हिलिंग संशोधनातून पहिली शस्त्रक्रिया डॉ. ॲलेक्स यांनी यशस्वी केली. घराशेजारील एक महिला दहा वर्षे अर्धांगवायूने पीडित होती. आईच्या प्रेरणेतून आणि परमात्मा यांच्या आशीर्वादाने पहिली शस्त्रक्रिया यशस्वी झाली. काही तासांतच ती स्त्री चालू लागली. त्यामुळे त्यांचा हिलिंग ऑपरेशन पद्धतीवर अधिक विश्वास बसला.

• **क्षमता :** ॲलेक्स स्वतः दावा करायचेस की मी हे ऑपरेशन हिलिंग पद्धतीने यशस्वी करून दाखवू शकतो; परंतु वैद्यकीय संशोधक डॉ. जॉन वॅन हेरमर्ट त्याच्या वैद्यकीय परिणामाची पुष्टी देत असत. याला मराठी भाषेत 'परमेश्वराची देणगी' तर इंग्रजीमध्ये 'गॉड गिफ्ट' म्हणतात.

• **उपक्रम :**

१. फिलिपिन्स देशातील मॅनओग महापालिका हद्दीत कॅननबॅननचा समावेश होतो. या ठिकाणी १९९९ मध्ये डॉ. ॲलेक्स यांच्या पुढाकारातून 'आशिया पिरॅमिड' बनवण्यात आला आणि पुढे हे ठिकाण अध्यात्मशक्तीचे केंद्र बनले.

२. सन १९९९ ते २००७ मध्ये डॉ. ॲलेक्स यांनी आंतरराष्ट्रीय हिलिंग कार्यक्रम घेतले. त्यामध्ये हिलिंगसंदर्भात अनेक चर्चासत्रे आणि सामूहिक बैठकांचे आयेजन करण्यात आले. त्यामुळे कॅननबॅनन हे आंतरराष्ट्रीय स्तरावरील हिलिंग केंद्र बनले.

३. सन १९९९ मध्ये 'आशिया पिरॅमिड' लोकार्पण सोहळ्याला फिलिपिन्स देशाचे माजी राष्ट्राध्यक्ष फिडेल व्ही रॅमोस यांनी भेट देऊन उपस्थिती दर्शवली.

४. आशिया पिरॅमिड हे अकरा मीटर उंचीचे आहे. लाकूड आणि दगड यांचा वापर करून हे पिरॅमिड बांधलेले आहे. विशेष म्हणजे पिरॅमिडसाठी सुई किंवा इलेक्ट्रिकल कृती साहित्याचा वापर केला गेला नाही.

५. सन २००५ मध्ये या पिरॅमिडची झालेली पडझड दुरुस्त करून २००७ पर्यंत ते पुन्हा बांधण्यात आले.

६. वेगवेगळ्या ठिकाणी प्रवासी वाहतूक वाढवून अध्यात्माचा प्रसार केला गेला.

७. सन २००६ मध्ये डॉ. ॲलेक्स यांनी हिलिंग उपचार पद्धतीद्वारे हृदयाची शस्त्रक्रिया पहिल्यांदा यशस्वी केली. त्यानंतर जवळपासच्या इतर डॉक्टरांनी हिलिंग उपचार पद्धतीची माहिती घेतली ते सर्व जण शिकले आणि खेडोपाडी जाऊन ते हिलिंग उपचार पद्धतीने विविध रुग्णांवर उपचार करू लागले.

• **पायाभूत अभ्यास :**

१. सन १९८२ मध्ये ॲलेक्स ओर्बिटो यांनी उपचार पद्धतीत आध्यात्मिक घटकांची मदत सुलभ केली.

२. विद्यार्थ्यांसाठी स्कॉलरशिप आणि आर्थिक मदत कार्यालये उघडण्यात आली. यासाठी 'नुवा इजिका' आणि फिलिपिन्स लोकांची मदत मिळाली.

३. सन २००६ मध्ये पायाभूत सुविधांचा पिरॅमिड तयार केला. जिथे गरजेच्या ठिकाणी पुरेसा प्रकाश असेल आणि आसपासचा परिसर शांत असेल. ज्याद्वारे तिथे येणाऱ्याला निसर्गाचा सहवास लाभेल अशी या पिरॅमिडमध्ये व्यवस्था करण्यात आलेली होती.

४. ॲलेक्स ऑर्बिटो यांच्या अध्यात्म प्रक्रियेत फ्रॉड आहे, असे समजून कॅनडा सरकारने त्यांना १४ जून २००५ मध्ये अटक केली. मात्र लवकरच पुराव्याअभावी निर्दोष मुक्तता करण्यात आली. विज्ञानाच्या पलीकडे जाऊन विज्ञान चमत्कार करणारे ते पुढे आध्यात्मिक गुरू बनले.

ॲलेक्स ऑर्बिटो यांनी हिलिंग सर्जरीचे ज्ञान जगात पृथ्वीवर पोहोचवण्यासाठी जन्म घेतला. आपले अनुयायी बनवले; परंतु एकाही अनुयायाला ॲस्ट्रल बॉडीतून फिजिकल बॉडीमध्ये असलेले निरुपयोगी अवयव किंवा कुजलेले अवयव किंवा पेशी यांचे अचूक निदान करता आले नाही. हे निदान त्यांनी केल्याशिवाय त्यांना पुढचे ज्ञान देता आले नाही. जर अचूक निदान करण्यात यशस्वी झाले असते, तर ॲस्ट्रल बॉडीतून फिजिकल बॉडीच्या आत असलेली जखम, अनावश्यक विषाणू, जिवाणू, कुजलेला भाग बाहेर काढण्यासाठी ॲस्ट्रल बॉडीतून आपला हात फिजिकल बॉडीच्या जखमेपर्यंत पोहोचवण्याचे ज्ञान दिले असते, शरीरातील घाण बाहेर काढून त्वचा पूर्ववत करण्याचे ज्ञान पुढे देता आले असते. 'बुद्धांनी माझ्यासमोर सुमारे शंभर सर्जरी करून दाखविल्या व आमच्या एवढ्या भिक्षुकांपैकी मी आणि माझी सहयोगी भिक्षूका ॲलेक्स बीटीशाइन यांना हे करता आले. त्यानंतर हे ज्ञान आता शंभर वर्षांपूर्वी जिझस ख्रिस्त (येशू ख्रिस्त) यांनी मिळवले. त्यामुळे आता आम्ही तिघेच हिलिंग सर्जन पृथ्वीवर, स्वर्गात जिवंत आहोत,' अशी नोंद एके ठिकाणी ॲलेक्स ऑर्बिटो यांनी करून ठेवली आहे.

काय आहे हिलिंग ऑपरेशन ?

ऑपरेशननंतर आपल्या हाताचा स्पर्श त्वचेच्या विशिष्ट भागाकडून फिरवल्यास संपूर्ण जखम वाळते व त्वचा पूर्वीसारखी तयार होते यालाच बिनटाक्याचे ऑपरेशन

असे म्हणतात. युरोपियन लोक 'हिलिंग ऑपरेशन' असे म्हणतात. मी जन्म घेऊन हिलिंगबाबत प्राथमिक ज्ञान माझ्या शिष्यांना देण्यात यशस्वी झालो. आता हे शिष्य पुन्हा पृथ्वीवर जन्म घेणार, त्यावेळी मी पुन्हा जन्म घेईन आणि हिलिंग सर्जरीचे ज्ञान देऊन माझे कार्य पूर्ण करेन आणि तोच पुढील जन्माचा उद्देश असेल, असे ॲलेक्स ऑर्बिटो यांचे म्हणणे आहे. सध्या ते गुरुमंडलातील परमात्मा न्यायव्यवस्था (सर्वोच्च न्यायालय) येथे काम करत आहेत.

◆◆◆

स्वर्ग आणि नरक

माझा पुनर्जन्म झाला. परमेश्वराने याच जन्मात मला याच देहात परत पाठवले आहे आणि माझ्यावर लोकांना जन्मापूर्वीची स्थिती व जन्मानंतरची स्थिती माहीत व्हावी हीच त्यांची इच्छा होती आणि त्याचे लेखन मी करावे, असे मला वाटत होते. म्हणून मी त्यासंबधीचे लेखन करत आहे. इंग्रजीमध्ये याला Death Experience असे म्हणतात. Death experience before ten days and death experience after ten days. मला माझे जीवन सफल झाले, असे वाटते.

मला मृत्यूबाबत तीन महत्त्वपूर्ण बाबी समजल्या. त्यात सर्वात प्रथम महत्त्वाची बाब म्हणजे अपघाती मृत्यू, आत्महत्या मृत्यू, अपघात झालेला मृत्यू यामध्ये जरी पुण्य मिळत असले, तरी काही वर्षे पिशाच योनीत राहावे लागते, हे निश्चित आहे.

दुसरी बाब म्हणजे दीर्घ आयुष्याने मृत्यू झाला. मात्र व्यक्तीचे पाप व पुण्य यांची बरोबरी नाही झाली, तर त्या व्यक्तीला पुन्हा जन्म घ्यावा लागतो आणि या जन्मातील पाप आणि पुण्य यांचा हिशोब पुढच्या जन्मात करावा लागतो. ज्या दीर्घ आयुष्याच्या व्यक्तीने सैतानाच्या मदतीचा उपयोग करून पाप किंवा पुण्य मिळवले असेल, तर त्याला सैतान योनीत जन्म घ्यावा लागतो. ज्यांनी स्त्रियांवर, अत्याचार केला. विशेषतः बलात्कार केल्यास त्यांना पुढच्या जन्मात किन्नर (हिजडा) म्हणून जीवन स्वीकारावे लागते. ज्यांनी विनाकारण किंवा पैशासाठी इतरांची हत्या केली. त्यांनाही पिशाच योनी किंवा किन्नर योनीत जन्म घ्यावा लागतो आणि त्या जन्मात

सर्व यातना त्यांना भोगाव्या लागतात. 'जसे कार्य तसे त्याचे फळ.'

वरील सर्व प्रकारांमध्ये त्यांचा जीव किंवा ॲस्ट्रल बॉडी नेण्यासाठी देवदूत येत नाही, यमदूत येत नाही, तर त्या ॲस्ट्रल बॉडीला परमात्म्यापुढे स्वतः जाऊन हजर राहून न्याय मागावा लागतो. सत्तापिपासू लोकांना पुढच्या जन्मात भिकारी म्हणून जन्म घ्यावा लागतो. जातिभेद, वर्णभेद, परंपराभेद जोपासणाऱ्या व्यक्तींना पुढच्या जन्मात खालच्या व कमी महत्त्व असणाऱ्या व्यक्तींना अन्याय सहन करावा लागणाऱ्या समूहात जन्म घ्यावा लागतो. मनुष्य हत्या करणाऱ्या व्यक्तीची याच जन्मात हत्या होते किंवा असाध्य आजार लागून खंगून याचा मृत्यू होतो. फक्त आणि फक्त पवित्र ॲस्ट्रल बॉडी देवदूतामार्फत स्वर्गापर्यंत जाते व सन्मान मिळतो.

या पृथ्वीवर जन्म घेणारा सूक्ष्म जीव प्रथम एकपेशीय असतो, नंतर तो जीव बहुपेशीय बनतो. नंतर त्याचा जिवाणू-विषाणू बनतो. त्यापुढे एक सूक्ष्म प्राणी म्हणून जन्म घेतो. त्या पुढे मोठा-मोठा प्राणी होत शेवटी मनुष्य प्राणी बनतो. सूक्ष्मजीवास ८४ लक्ष योनीतून प्रवास करत शेवटी मनुष्य बनतो. म्हणून मनुष्य प्राणी महत्त्वपूर्ण प्राणी म्हणून ओळखला जातो. त्यानंतर मनुष्य प्राण्याला जन्म-मृत्यू या चक्रातून जावे लागते. एकदा मनुष्य म्हणून प्राणी जन्माला आला की त्या प्राण्यास भाग्यवान प्राणी समजावे आणि आपले जीवन सुखाने आणि समाधानाने जगावे अशी परम परमात्मा यांची इच्छा असते. हे प्रत्येक मनुष्य प्राण्याने समजून घेऊन जगावे व इतरांना जगू द्यावे.

या जीवनात येणारे अनुभव लक्षात घेऊन वागावे. सहज व सामान्यपणे आपले जीवन जगावे म्हणजे आपले शरीर पवित्र होईल आणि पवित्र शरीराला, त्याच्या ॲस्ट्रल बॉडीला स्वर्गात स्थान मिळेल. स्वर्ग ही संकल्पना मानवाने निर्माण केली. मात्र परमात्माने सजीव सृष्टी निर्माण करून मृत्यू झालेला मानव जर पवित्र असेल, तर त्या मानवाला परमेश्वर आपल्या विश्वात घेऊन जातो. त्यासाठी त्यांनी एक पवित्र ग्रह राखून ठेवला आहे. तो ग्रह पृथ्वीपासून सहाव्या स्थानावर असणारा ग्रह आहे. यालाच परमेश्वराने 'स्वर्ग ग्रह', 'देव ग्रह', 'लोकांचा ग्रह' असे नाव दिले आहे. गुरुमंडल आणि पृथ्वी यांच्या मध्यभागी हा ग्रह आहे. इथे राहणारे पवित्र आत्मे शक्यतो जन्म घेण्यास नकार देतात. त्यांना जीवन-मृत्यूचे चक्र आवडत नाही. या ग्रहावर राहणाऱ्या लोकांना 'देवलोक' असे म्हणतात. पवित्र आत्मा असणारे हे देवलोकात राहतात. त्यांना त्यांच्या आवडीप्रमाणे राहण्यास परवानगी दिलेली आहे. देवलोकातील लोकांना पुरुष व पुरुषत्व याचा अनुभव घ्यायचा असेल, तर तो पृथ्वीवर जाऊन पुरुषपण भोगून परत येऊ शकतो. जर त्या आत्म्यास स्त्री सुख-

दुःख भोगण्याची इच्छा झाल्यास तो पृथ्वीवर जाऊन स्त्री जन्म घेऊन ते सुख भोगून येऊ शकतो. फक्त आत्मा पुरुष किंवा स्त्रीच्या शरीरात पृथ्वीवर जाऊन प्रवेश करतो आणि तसेच स्त्रीवर किंवा पुरुषावर आपली इच्छाशक्ती लादू शकतो. फक्त यावेळी त्या पुरुषाच्या किंवा स्त्रीच्या शरीरात दोन आत्मे एकत्र राहतात. हे विशेष आहे आणि यासाठी त्यांना परमेश्वरांनी परवानगी दिलेली आहे. म्हणून हे आत्मे अमर आहेत.

परमेश्वराने निर्माण केलेला स्वर्ग :

पृथ्वी आणि गुरुमंडळ यांच्या सहाव्या स्थानी असणारा ग्रह म्हणजेच 'स्वर्ग' होय. या ग्रहावर कोणत्याही ताऱ्यापासून प्रकाश मिळत नाही; परंतु हा ग्रह लख्ख प्रकाश असणारा ग्रह आहे. कारण या ग्रहावर हिऱ्याच्या लाद्या ठिकठिकाणी पडलेल्या आहेत. या हिऱ्यांच्या लाद्यांमुळे हा ग्रह लख्ख प्रकाश असणारा ग्रह आहे. या ग्रहावर येणारे लोक फक्त परमात्मा यांच्या आशीवार्दाने येतात आणि राहतात. भारतीय संस्कृतीने स्वर्ग ही एक संकल्पना आहे. ज्यावेळी भारतात राजेशाही होती आणि राजाला मिळणारे स्वर्गसुख या विचारातून स्वर्ग ही संकल्पना भारतात आस्तित्वात आली. भारतात जसा राजा आणि तशी त्याची प्रजा जशी अस्तित्वात होती. तो विचार मनात ठेवून स्वर्ग ही संकल्पना तयार झाली आणि त्याचे वर्णन त्याबाबतच्या काल्पनिक कथा निर्माण झाल्या.

पृथ्वीवर म्हणजे भारतात जसा राजा प्रमुख राहिलेला आहे. तसाच विचार डोळ्यासमोर ठेवून स्वर्ग व स्वर्गाचा राजा या संकल्पना निर्माण केल्या गेल्या. त्या देवलोकातील राजांना त्यांनी नावही दिले. इंद्र देव, त्याचा दरबार, तेथे नाचकाम करणाऱ्या सुंदर स्त्रियांचा संघ निर्माण केला. काही अंशाने त्यांच्या विचारात सुंदर स्त्रियांना महत्त्व देऊन सुंदर स्त्रिया असणारा देवलोकातीत प्रदेश अशी कल्पना केली होती, त्यावर आधारित अनेक कथा लिहिण्यात आल्या.

परमेश्वराने निर्माण केलेला स्वर्ग म्हणजे 'देवग्रह' होय. या ग्रहावर पवित्र आत्मा असणारे लोक राहतात. त्या ग्रहावर अत्याधुनिक रस्ते, सुंदर बगीचे असतात. या बगिचामध्ये सुगंध पसरवणारी अनेक झाडे, वेली, फुले, फळे आहेत. ज्यामुळे परिसरात सुगंध दरवळत राहतो. त्याचबरोबर काठोकाठ भरलेले जलाशय आहेत. भरपूर पाणी आणि थोडासा भू-भाग आहे. त्याच ठिकाणी आपणास झाडे, झुडपे, वेली अशा हिरव्यागार वनस्पती पाहायला मिळतात; परंतु त्या ठिकाणी राहणारे लोक दिसत नाहीत, त्यांची घरे म्हणजेच निवासस्थान कसे आहे हे पाहण्यास मिळत नाही. लोक चालतात का अंतराळात हवेच्या प्रवाहाने उडत राहतात, याचीही

माहिती उपलब्ध नाही. मात्र येथील पवित्र गुरुकुल जिथे परमात्मा असतो, त्यांनीच या पवित्र आत्म्यांना तेथे राहण्यास पाठवले आहे. एवढेच परमात्म्याने खुली चर्चा चालू असताना सांगितले. स्वर्गात जाण्यासाठी फार त्याग करावा लागतो.

नरक : भारतीय संस्कृतीमध्ये पाप करणाऱ्या व्यक्तीला किंवा स्त्रीला मृत्यूनंतर शिक्षा दिली जाते, त्या शिक्षालयास 'नरक' हे नाव दिले आहे. त्यासाठी शिक्षेचे स्वरूप सांगणाऱ्या न्यायाधिशास 'यमराज' हे नाव दिले आहे. त्यांनी सर्व शिक्षा शारीरिक नमूद केलेल्या वाचनात आलेल्या आहेत. उकळत्या तेलात टाकणे, डोळे काढणे, कान कापणे, नाक कापणे, तलवार किंवा भाग पोटात खुपसणे अशा शिक्षांचे स्वरूप वाचनात आले आहे.

परमेश्वराने ज्या त्या जन्मातच शिक्षा देण्याची व्यवस्था केलेली आहे. या शिक्षेचे बौद्धिक शिक्षा, शारीरिक शिक्षा आणि इच्छाशक्ती नष्ट करण्याची शिक्षा अशा तीन भागात विभागले आहे.

१) **बौद्धिक शिक्षा :** स्वतःच्या बुद्धीचा वापर इतरांना त्रास देण्यासाठी करणे, चोरी करणे, इतरांमध्ये भांडण लावणे, धार्मिक तत्त्वाचा गैरवापर करणे, अधिकाराचा गैरवापर करणे, उपलब्ध ज्ञानाचा इतरांचा नाश करण्यासाठी वापर करणे, फसवणे, ब्लॅकमेलिंग करणे, शारीरिक शक्तीचा दुरुपयोग करणे अशा सर्व वाईट कामांच्या शिक्षा त्याच जन्मात दिल्या जातात आणि उर्वरित शिक्षा पुढच्या जन्मात देऊन पाप-पुण्याचा समतोल राखतात.

२) **शारीरिक शिक्षा :** या शिक्षासुद्धा मागील जन्मातील आणि या जन्मातील पाप याचा विचार करून आपल्याच शरीरात असणाऱ्या शोध शक्ती जागृत होऊन मिळतात. अपंगत्व, अंधत्व, असाध्य वेदना देणारा रोग, बंदिवास, तुरुंगवास, गुलामी, चाकरी यासारख्या शिक्षा मिळतात.

3) **इच्छाशक्ती नष्ट करणाऱ्या शिक्षा :** या शिक्षा प्रामुख्याने त्याच जन्मात दिल्या जातात, पुरुषत्व नष्ट होणे, स्त्रिया समलैंगिक होणे, तसेच काम, क्रोध वासना यांच्यावर नियंत्रण न ठेवणाऱ्या व्यक्तीला त्याच प्रमाणात शिक्षा दिल्या जातात.

थोडक्यात या जन्मात कर्म करावे आणि त्याची शिक्षा याच जन्मात भोगावी. अशी व्यवस्था परमेश्वराने आपल्याच शरीरात केलेली असते. योग्य वेळी आपल्या शरीरातील शोधशक्ती जागृत होते आणि आपल्या कर्माची परतफेड शिक्षेच्या रूपाने केली जाते.

व्यक्ती परमेश्वरप्रिय केव्हा होते ?

ज्याने सजीवसृष्टी निर्माण केली तो 'परमात्मा' होय. आपण परमात्म्याला अनेक नावांनी संबोधतो. 'परमपिता', 'सृष्टी निर्माता', 'तारणहार', 'पालनहार', 'गुरुमंडलाधिपती' ही परमात्म्याची विशेषणे आहेत. सजीव सृष्टी निर्माण करताना सजीव सृष्टीचे संतुलन राहावे, अशी व्यवस्था केली. सर्वात बुद्धिमान प्राणी निर्माण केला. या प्राण्याकडून इतर प्राण्याची सेवा व्हावी, त्यांचे संरक्षण केले जावे या प्राण्याने स्वतःचे रक्षण करावे व आपल्या समूहातील इतर प्राण्यांना साह्य करावे, या हेतूने मनुष्य प्राण्याची निर्मिती केली. मनुष्य प्राण्यांची संख्या वाढवली. या मनुष्य प्राण्यांकडून चांगल्या कामांची अपेक्षा केली. यास जन्मतःच पुरुषाच्या ५२ शोधशक्ती कार्यरत ठेवल्या व स्त्रियांच्या ३६ शोधशक्ती कार्यरत ठेवल्या. आपल्या कृतीतून त्याने अनेक शोधशक्ती जागृत कराव्या, अशी अपेक्षा ठेवली. एकूण ११२ शोधशक्ती शरीरात आणि दोन शोधशक्ती शरीराभोवती तरंगत ठेवल्या. जो मनुष्य प्राणी जास्त शोधशक्ती जागृत करेल त्याचे शरीर पवित्र ठरवले जाईल, अशी अपेक्षा ठेवली. शरीर शोधशक्तीद्वारे अधिक चांगले कार्य करणारी व्यक्ती परमेश्वराला प्रिय असते. त्या शरीराला पवित्र शरीर संबोधले जाईल किंवा त्या शरीराला पवित्र आत्मा म्हटले जाईल. पवित्र आत्मा असणाऱ्या व्यक्तीला मानाचे स्थान, मानाची जागा, उत्तम निवासाची जागा, सर्व सोयी-सुविधा उपलब्ध करून दिल्या आहेत. अशी व्यवस्था परमात्म्यानी त्या व्यक्तीच्या मृत्यूनंतर केली आहे.

पवित्र शरीर किंवा पवित्र आत्मा अशा लोकांचा असतो की, जे मनाने निर्मळ, सृजनशील, मदतगार असतात. आपले शरीर, शक्ती, बुद्धी, बळ, ताकद आणि परोपकारी वृत्ती मानवास पवित्र आत्मा बनवण्यासाठी मदत करते. स्वतःचे समाधान निःस्वार्थात असावे, अशी परमेश्वराची अपेक्षा आहे. भारतामध्ये उत्तराखंड राज्यात लक्ष्मणझोला ओलांडून उत्तरेकडे हिमालय पर्वताच्या रांगा आहेत, तेथे आजही काही लोक तपश्चर्येला बसले आहेत. त्यांचा तपाचा कालावधी किमान दोन हजार वर्षांचा असावा, असे मानले जाते; परंतु त्यांना परमात्मा दर्शन झाले नाही. त्यांचे शरीर दैवी शक्तीचे बनले आहे; परंतु त्यांनी ज्या इच्छेसाठी तपश्चर्या सुरू केली आहे. ती तपश्चर्या परमात्म्यास अमान्य आहे.

ही तपश्चर्येस बसलेली मंडळी स्वतःच्या स्वार्थासाठी परमेश्वराकडे शक्तीची मागणी करतात आणि हेच परमात्म्याला अमान्य आहे. परमेश्वराकडून विशेष शक्तीची जरूर मागणी करा, मात्र त्याचा उपयोग इतरांसाठी झाला पाहिजे. गरजू

लोकांना त्याचा उपयोग झाला पाहिजे. परमेश्वराकडून मिळालेल्या आशीर्वादाचा उपयोग जनकल्याणासाठी व्हावा, अशी परमेश्वराची अपेक्षा आहे. त्यामुळे त्यांना म्हणजेच स्वतःच्या स्वार्थासाठी परमेश्वराची आराधना करणाऱ्या तपस्वींना एवढी वर्षे तपश्चर्या करूनही परमात्म्याचे दर्शन होत नाही?

तपश्चर्या कशी करावी हे शिकण्यासाठी भगवान गौतम बुद्धांनी सात वर्षे घालवली. मात्र परमेश्वर दर्शनासाठी, परमात्म्याकडून ज्ञान मिळवण्यासाठी फक्त ४९ दिवस तपश्चर्या करून परमात्मा दर्शन मिळवले आणि परमेश्वराकडून संपूर्ण ज्ञान मिळवले. या ज्ञानाचा उपयोग समाजासाठी करण्याचे अभिवचन परमेश्वरास देऊन ते समाजोपयोगी काम करून दाखवले. यासाठी गौतम बुद्धांनी विज्ञाननिष्ठ धर्माची स्थापना केली आणि त्या धर्माचे नाव 'बौद्ध धर्म' असे ठेवण्यात आले. बौद्ध धर्माची शिकवण विज्ञाननिष्ठ आहे. परमेश्वर मंदिरात नसतो, तो तुमच्याजवळ असतो, हा त्यांच्या शिकवण्याचा भावार्थ आहे.

परमेश्वर आणि भक्त यांच्या भेटीसाठी माध्यमांची आवश्यकता नाही. कोणाकडून तरी पूजा करवून घेणे म्हणजे फक्त मनाचे समाधान करणे. प्रत्यक्ष देवाचे दर्शन घ्यायचे असेल, तर स्वतः भक्ती करा, स्वतः परमेश्वराची आराधना करा. मन एकाग्र ठेवा. देव तुमच्या डोळ्यांसमोर उभा दिसेल. या शिवाय गौतम बुद्धांनी वेगवेगळ्या वनऔषधांचा उपयोग सांगितला. चिरफाड न करता ऑपरेशन कसे करावे, हेसुद्धा शिकवले. बुद्धाकडे अफाट ज्ञान होते आणि सर्व ज्ञान आयुष्याच्या शेवटपर्यंत आपल्या शिष्यांना दिले. त्यांनी स्वसंरक्षण कसे करायचे याचे प्रशिक्षण आपल्या भिख्खूंना दिले. चीनमध्ये या विद्येला 'ज्युडो कराटे' म्हणून संबोधले जाते. बुद्धांनी आपल्या भक्तांना त्यांच्या भूतकाळातील जन्माविषयी जाणून घेण्याची माहिती दिली. त्यानंतर पृथ्वीवर खरोखरचे सत्य शिकवण देणारे धर्म निर्माण झाले. आता पवित्र आत्मा निर्माण करण्यासाठी आपण कसे असावे, काय करावे, कसे वागावे व आपले मन आणि शरीर पवित्र कसे ठेवावे, यासाठी मार्गदर्शन केले.

♦♦♦

मृत्यूचा अनुभव

ज्या दोन व्यक्तींच्या मृत्यूचे या प्रकरणात मी अनुभवकथन करणार आहे. त्या दोन्हीही व्यक्ती विसाव्या शतकात जन्मास आल्या आणि त्यांचा मृत्यू एकविसाव्या शतकात झाला. दोन्हीही व्यक्ती शिक्षक होत्या. त्यातील एक व्यक्ती प्राथमिक शिक्षक होती, तर दुसरी व्यक्ती माध्यमिक शिक्षक होती. पेशाने प्राथमिक शिक्षक राहिलेल्या ज्या व्यक्तीच्या मृत्यूचे मी अनुभवकथन करणार आहे, ती व्यक्ती म्हणजे सोपान निवृत्ती शिंदे. त्यांचा जन्म १ ऑक्टोबर १९३३ रोजी सोलापूर जिल्ह्यातील घाणेगाव (ता. बार्शी) येथे झाला. त्यांनी आयुष्यभर ज्ञानार्जनाचे काम केले. त्यांचे शिक्षण सातवीपर्यंत झाले होते. योग्य वयात त्यांचे लग्न गजरा सोपानराव मळेगावकर (शिंदे) यांच्याशी झाले. त्याही उत्तम गृहिणी आणि अखंड सौभाग्यवती होत्या. त्यांना दोन मुले आणि दोन मुली. त्यांनी आपल्या मुलांना उत्तम शिक्षण दिले. त्यामुळे पहिला मुलगा बी.ई. (सिव्हिल) अभियंता झाला तर दुसरा मुलगा बी.ई.(आयटी) करून अमेरिकेतील एका चांगल्या कंपनीत सीईओ पदावर कार्यरत आहे. मुलींचे शिक्षण चांगले झाले. एकूण त्यांची कौटुंबिक स्थिती उत्तम आणि समाधानी होती. शिंदे यांचा मृत्यू दि. ३० ऑक्टोबर २०२१ रोजी पुण्यातील सिंहगड रस्ता परिसरातील धायरी येथे झाला.

ज्यांच्या मृत्यूचे अनुभवकथन करणार आहे, ती दुसरी व्यक्ती म्हणजे गुरुवर्य केशव तुकाराम जोशी गुरुजी. (खरे तर माध्यमिक शिक्षक असलेल्या या गुरुवर्य गुरुजींच्या कुटुंबीयांकडून त्यांच्या मृत्यूसंदर्भात लिहिण्याबाबत विरोध नव्हता; पण

त्यांची ओळख उघड होऊ नये यासाठी त्यांचे वा कुटुंबियांची नावे लिहिली जाऊ नयेत, अशी इच्छा आहे. त्यामुळे त्यांना वेगळ्या नावाने संबोधत आहे.) गुरुजींचा जन्म दि. २२ जानेवारी १९२४ रोजी सांगली येथे झाला. त्यांची पत्नी सताबाई या सुद्धा पेशाने माध्यमिक शिक्षिका आणि उत्तम गृहिणी. त्यांना एक मुलगी. तिचेही शिक्षण एमए इंग्रजी झालेले. त्या सांगली येथील एक नामांकित शिक्षण संस्थेच्या अध्यक्षा असून, ही संस्था माँटेसरीपासून पदवीपर्यंतची शिक्षणसंस्था आहे. व्यावसायिक शिक्षण महाविद्यालयही आहे. या संस्थेच्या विकासासाठी त्या गेल्या तीस वर्षांपासून प्रयत्नशील आहेत. एक उत्तम डॉक्टर, प्रसन्न व्यक्ती एम.डी. (मेडिसीन), असून नामांकित बालरोगतज्ज्ञ डॉक्टर, हृदयरोगतज्ज्ञ, डॉक्टर आहेत. गरीबांना मदत करणारा डॉक्टर म्हणून ख्याती असून विद्यार्थी डॉक्टरांना मार्गदर्शक अधिव्याख्याता राहिल्या आहेत. गुरुजींची नातवंडांनी कोकणातून चिपळूणजवळ स्वत:ची कंपनी स्थापन करून सीइओपद भूषवले. गुरुजींचा मृत्यू दि.१४ फेब्रुवारी २००४ रोजी सांगली येथे झाला.

समाजव्यवस्था :

महाराष्ट्रातील समाजव्यवस्था आणि ती सुधारण्यासाठी केलेले प्रयत्न या दोन अध्यापकांना परमात्म्यापर्यंत पोहोचवण्यासाठी कारणीभूत ठरले. सन सोळाव्या शतकापासूनचा अभ्यास केला, तर एक गोष्ट लक्षात येथे येईल. समाजात फक्त दोनच वर्ग अस्तित्वात होते. एक ब्राह्मण वर्ग व दुसरा शूद्र वर्ग. शिवाजी महाराजसुद्धा शूद्र वर्गात जन्माला आले. महाराष्ट्र पूर्वी जंगलमय प्रदेश होता. मनुष्यवस्ती छोट्या वाड्या-वस्त्यावर राहत होती. छत्रपतींच्या प्रभावामुळे हे सर्व लोक एका ठरावीक ठिकाणी वस्ती करू लागली. गाव, वाडी मिळून गावे निर्माण झाली. त्यानंतर दोन लगतच्या गावामध्ये हद्दीसाठी तंटे सुरू झाले. त्यांचे रूपांतर टोळीयुद्धात झाले. जे लोक युद्धात हरले, त्यांनी त्या गावकऱ्यांनी गावाबाहेर बांधून ठेवले. अशी परिस्थिती प्रत्येक लगतच्या गावामध्ये; परंतु हद्द निश्चित झाल्यानंतर हरलेल्या व ग्रामस्थांच्या ताब्यात असलेल्या लोकांना त्या त्या हरलेल्या गावात परत पाठवण्यास नकार दिला व अशा हरलेल्या लोकांची कालांतराने एक वस्ती एक जमात निर्माण झाली. त्यांना शूद्रातिशूद्र म्हणून ओळखले जाऊ लागले. त्या लोकांना गुलाम बनवले गेले. त्यातूनच लोक म्हणून या लोकांची गावाबाहेर वसाहत निर्माण झाली. शूद्रातिशूद्र यांना कसण्यासाठी जमीन दिली नाही. फक्त गुलामांची कामे त्यांच्याकडून करवून घेऊ लागले. या जातीस अस्पृश्य जात कालांतराने

केले गेले. यातील प्रमुख जातीस महार नाव देण्यात आले. या जातीतील लोकांना शिक्षणास बंदी घालण्यात आली. या जातीस स्पर्श करणे धर्मबाह्य ठरवण्यात आहे. त्यानंतर त्यांच्याकडून गुलामाप्रमाणे कामे करवून घेणे हे पिढ्यानपिढ्या चालू राहिले.

यानंतर भारतावर इंग्रजाचे राज्य आले. इंग्रजांना अंधश्रद्धा बंद करण्यात यश आले. शिक्षणव्यवस्था सर्वांसाठी खुली करण्यात यश आले; परंतु अस्पृश्यता मिटवता आली नाही. यानंतर भारताला स्वातंत्र्य मिळाले. याच कालावधीमध्ये महात्मा फुले आणि डॉ. आंबेडकर यांनी जातीव्यवस्था अस्पृश्यता नष्ट करण्यासाठी चळवळ चालू ठेवली. याच काळात या दोन महान शिक्षकांचा जन्म झाला, ते स्वतः शिक्षित झाले. आपल्या परीने समाजकार्य केले. अस्पृश्यांना व स्त्रियांना शैक्षणिक प्रवाहात आणण्यासाठी प्रयत्न केले. एखादे समाजकार्य प्रतिकूल परिस्थितीत करणे अतिशय अवघड असते. समाजकार्य करत असताना समाजविरोधकाकडून हल्ला आणि त्रास होण्याची भीती असते. अशा परिस्थितीला सामोरे जाणे समाजसुधारकाचे काम असते. ते काम या दोन अध्यापकांनी आयुष्यभर केले. शिवाय नेमून दिलेले अध्यापनाचे कामही पूर्ण केले.

शिक्षणापासून वंचित असणाऱ्या लोकांना या दोन्ही अध्यापकांनी शिक्षण प्रवाहात आणण्याचे महत्त्वाचे कार्य केले. जोशी यांनी सांगली शहरात मुलींची शाळा नावारूपाला आणली. स्त्री शिक्षणाकडे विशेष लक्ष दिले. या मुलींच्या शाळेला संलग्न असे कन्या महाविद्यालय विद्यापीठात पहिल्यांदा स्थापन केले. आपले काम पूर्ण करत असताना त्यांनी या जन्मातील पाप व तसेच गेल्या जन्मातील पापाचे ओझे या जन्मात बॅलेन्स केले आणि त्यांच्या 'पुण्य' या संकल्पनेचा आलेख वाढत गेला. त्यामुळे परमात्म्याने या दोन आत्म्यांना पवित्र आत्मा म्हणून निश्चित केले. या जन्मातील आयुष्य पूर्ण झाल्यानंतर त्यांना सन्मानाने स्वर्गात स्थान दिले.

जोशी गुरुजी यांची संस्मरणीय कामे :

१) सन १९७२ मध्ये सांगली शहरात कन्या महाविद्यालयाची स्थापना होत असताना आर्थिक समस्या होती. त्यावेळी त्यांनी कोणताही विचार न करता स्वतःचे घर गहाण ठेवून कर्ज काढले आणि ते पैसे संस्थेकडे सुपूर्द केले. मात्र या कर्जाचे हप्ते स्वतःच्या पगारातून फेडले. मात्र महाविद्यालयाकडून पैसे परतीची अपेक्षा केली नाही आणि ती रक्कम त्यांनी परत घेतली नाही.

२) संस्कृत विषयाचे एक प्राध्यापकांनी सांगली आणि विश्रामबाग येथे गणित

विषयाचे सशुल्क क्लासेस सुरू केले होते. त्यावेळी त्यांनी संबंधित प्राध्यापकाला समजावून सांगितले, एक तर प्राध्यापक पदाची नोकरी सोडा किंवा क्लासेस बंद करा. संस्कृत प्राध्यापकांनी आपल्या नोकरीचा राजीनामा दिला. त्यांनी मंजूर केला आणि त्या प्राध्यापकाला जवळ घेऊन सांगितले की, तुमच्यासारखा गणित मराठीतून कॉलेजच्या विद्यार्थ्यांना शिकवणारा अध्यापक सांगली शहरात दुसरा नाही. मात्र गरीब व वंचित विद्यार्थी व विद्यार्थिनींच्या बाबतीत सहानुभूती ठेवा.

३) कोणताही राजकीय दबाव स्त्री शिक्षण संस्थेत खपवून घेतला नाही. नियमाच्या विरुद्ध कोणतेही काम शाळेत अथवा महाविद्यावयात होऊ दिले नाही.

४) स्वतः मुख्याध्यापक असताना अधिकाराचा कधीही गैरवापर केला नाही आणि कोण करत असेल, त्याला करू दिले नाही.

५) वंचित म्हणून ठरवलेली स्त्री फक्त साक्षर करू शकता, असा गैरसमज पसरवणाऱ्या उच्चवर्णीय शिक्षण संस्थेला १९५६ मध्ये एक विद्यार्थिनी एस.एस.सी. परीक्षेत बोर्डाच्या मेरिट लिस्टमध्ये येऊ शकते, हे दाखवून दिले.

६) समाजोपयोगी कार्यातही सक्रिय सहभाग घेतला.

जोशी गुरुजी यांना आयुष्यभर चिंताग्रस्त वाटलेल्या गोष्टी

१) नोकरी असताना एकाला मानस भाऊ मानले. आपल्या विषयात गोडी कशी निर्माण करायची, याची माहिती दिली. विद्यालयात मानाचे स्थान निर्माण केली. ती व्यक्ती निवृत्तीनंतर विसरली आणि अखेरपर्यंत अबोल राहिली.

२) विद्यालय चालू करण्यापासून इमारत बांधकाम पूर्ण होईपर्यंत ज्यांनी कष्ट घेतले; प्रयत्न केले. त्यांना नंतरचे संचालक पूर्णपणे विसरले.

३) अनेक प्रयत्नातून सांगलीत महाविद्यालय सुरू झाले आणि व्यवस्थित कारभार सुरू झाला. रिझल्ट चांगले येऊ लागले म्हणून आम्ही शेजारच्या शहरात महाविद्यालय सुरू केले. नंतरच्या कार्यकारी मंडळाने ते महाविद्यालय इतरांना चालवण्यास दिले.

४) ज्यांनी विद्यालय निर्माण केले त्यांनी पुढील भविष्याचा विचार करून शहरातील मोक्याच्या जागा मिळवल्या. त्या नंतरच्या कार्यकारी मंडळांना जतन करता आल्या नाहीत.

५) संस्था चालकांच्या दबाव तंत्राने विद्यालयात नोकरीस आलेले पती-पत्नी शिक्षकांपैकी पती-शिक्षकाने विद्यालयाचे पावित्र्य पाळले नाही. त्यामुळे पती

शिक्षकाला नोकरी गमवावी लागली व दूर कोकणात जाऊन नोकरी करावी लागली. मात्र विद्यालयाने पतीच्या वर्तणुकीची शिक्षा पत्नीला दिली नाही. उलट आधार दिला. तोच पती शिक्षक निवृत्तीनंतर गुरुजींच्या विरोधात विरोधी फळी उभारण्यात सक्रिय झाला. परमेश्वराने लगेच त्याला शिक्षा दिली. मात्र त्याची पत्नी शेवटपर्यंत नोकरीत राहून अधिकारी म्हणून निवृत्त झाली.

६) विद्यालयात नंतर हेवेदावे सुरू झाले. त्याचा परिणाम गुणवत्ताधारक कर्मचाऱ्यांना भोगावा लागला. विद्यालय चालकांनी न्यायाची बाजू न घेता अन्यायाच्या बाजूने कौल दिला. परिणामी संघर्ष सुरू झाला आणि सत्याचा विजय झाला.

७) गुरुजींना त्यांच्या मृत्यूनंतर विद्यालयातील गुन्हेगारांना शिक्षा झाल्याचे स्वर्गातून पाहता आले. तेच जिवंत असताना किमान ऐकण्यास मिळाले असते, तर समाधान वाटले असते. अन्याय करणाऱ्यांना त्यांच्या अन्यायकारक कृत्याची शिक्षा परमेश्वराच्या दरबारात मिळणार याची जाणीव असणे आवश्यक आहे.

♦♦♦

एका स्वयंभू आत्म्याचा मृत्यू अनुभव - भाग १

गुरुवर्य केशव तुकाराम जोशी गुरुजी

मृत्यू अनुभव

मी श्री जोशी माझ्या मृत्यूविषयीचे अनुभवकथन करत आहे. माझा प्रत्यक्ष मृत्यू झाला, त्या दिवसाअगोदर दहा दिवस माझी मृत्यू प्रक्रिया सुरू झाली. सायंकाळची वेळ होती. माझ्या बाजूला माझी पत्नी बसली होती. मुलगी मला काहीतरी खाऊ घालत होती. एवढ्यात जावई डॉक्टर माझ्याजवळ आले आणि माझी शारीरिक तपासणी केली. नाडी पाहिली. ठीक आहे म्हणून निघून गेले. मला कॉटवर झोपवले गेले. एवढ्यात दोन व्यक्ती माझ्यासमोर आल्या आणि म्हणाल्या, "आम्ही दोघे देवदूत आहोत. मूळचे आम्ही इस्त्रायली देवदूत (लांबा) परमात्म्यांनी आपणास घेऊन आणण्यासाठी पाठवले आहे. तुमचा आत्मा पवित्र आत्मा आहे. तुमच्या आयुष्यभरातील सत्कर्मांनी पाप-पुण्याचा समतोल झाला आहे. या जन्मात पापकर्मांच्या तुलनेत पुण्यकर्म अधिक असल्याने मागील जन्मातील पाप आणि या जन्मातील पुण्य यांचा समतोल (बॅलेन्स) झाला आहे. शिवाय या जन्मातील आयुष्य फक्त दहा दिवस शिल्लक आहे. त्यामुळे विश्वनिर्माते यांनी आपल्याला भेटण्यासाठी बोलावले आहे."

मी म्हणालो, "जर माझे या जन्मातील आयुष्य संपले असेल, तर मी आनंदाने येण्यास तयार आहे."

तेवढ्यात लांबा म्हणाला, "आपले होणारे संभाषण तुमची मुलगी ऐकत आहे.

तिला समजले नाही पाहिजे. यासाठी आम्ही तुमचे पारदर्शी शरीर (ॲस्ट्रल बॉडी) बाहेर काढतो."

मी म्हणालो, "ठीक आहे. एवढ्यात त्या दोघांनी माझे दोन्ही हात डोक्याच्या बाजूने जोरात ओढले व पटकन माझे पारदर्शी शरीर बाहेर आले. पाहतो तो काय चमत्कार. माझे भौतिक शरीर कॉटवर पडून होते. मी लांबांना विचारले, "मी भौतिक शरीराच्या बाहेर आहे. मात्र माझे शरीर व्यवस्थित श्वासोच्छवास करत आहे. हे कसे शक्य आहे?" त्यावर त्यांनी उत्तर दिले, "तुम्ही या जन्मात बरेच पुण्य केले असल्यामुळे शरीरात तुम्ही मिळवलेल्या शोधशक्ती सक्रिय आहेत. त्यामुळे दहा दिवसांपर्यंत सर्व शारीरिक प्रक्रिया चालू राहतील. काळजी करू नका. पुन्हा तुम्हाला दहा दिवसांच्या आत या शरीरात प्रवेश करायचा आहे. चला आपण निघू या. आपल्याला वेळेत विश्वनिर्मात्यासमोर उभा राहायचे आहे."

मी म्हणालो, "आता मला चालण्याची गरज नाही. आपण हवेत तरंगत जाऊ शकतो."

तेवढ्यात देवदूत म्हणाले, "या स्थितीत तुम्ही इथे असणाऱ्या प्रत्येक व्यक्तीच्या मनात कोणता विचार चालू आहे, हे सुद्धा समजू शकता."

या उत्तराने मला आनंद झाला आणि इस्रायली देवदूतांना विनंती केली, "तुम्ही माझ्यासाठी पाच मिनिट वेळ द्याल का?"

"कशासाठी?"

"मला माझे घर संपूर्ण पाहायचे आहे."

आम्ही प्रथम देवघरात गेलो तिथे असणाऱ्या देवांची मी पूजा केली. त्यावेळी एक लांबा म्हणाला, "या देवात परमात्मा देव कोणता आहे?"

मी म्हणालो, "सर्व देवांना मी परमात्मा मानतो."

देवदूतांनी स्मित हास्य केले व पुढे जाण्यास सांगितले. किचन व राहात असलेल्या सर्व खोल्या पाहिल्या. संपूर्ण हॉस्पिटल व ॲडमिट असणारे पेशंट तसेच बाल्यरुग्ण विभाग पाहून पुन्हा माझ्या भौतिक शरीराजवळ आलो. माझी फिजिकल बॉडी कार्यरत होते. समोर माझी मुलगी बसून होती. आयुष्यभर तिला मी हसतमुख ठेवण्यात यश मिळवले होते. आज मी तिच्या डोळ्यातून अश्रू येत असलेले पाहिले. तिचे मन पूर्णपणे खचले होते. एवढी दुःखी मुलगी मी प्रथमच पाहिली. तिच्या अंतःकरणात माझ्याविषयी असणारे प्रेम किती विशाल आहे याची मला जाणीव झाली.

मी माझ्या मुलीला समजावून सांगण्याचा प्रयत्न केला; परंतु मी ॲस्ट्रल

बॉडीमध्ये असल्यामुळे मला ती फक्त दिसत होती. माझा आवाज तिला ऐकू येत नव्हता. माझी मुलगी मनाने स्ट्रॉंग आहे असा माझा गैरसमज मला याचवेळी जाणवला. माझी मुलगी अतिशय हळव्या मनाची आहे.

तिच्या चेहऱ्यात आई-वडिलांविषयी असणारे प्रेम दडले होते. मनाची व्यथा तोंडाने सांगितल्याशिवाय समजत नाही; पण मला तिचे मन, प्रेम आणि चेहरा एकच गोष्ट दाखवत होता. तिचे आपल्या बाबांविषयीचं प्रेम. माझ्या मुलीला मोठ्यांचा आदर, समवयस्कांचा सन्मान आणि लहानावर कसे प्रेम करावे, हे मला शिकवावे लागले नाही, हे सर्व गुण तिच्यात उपजत होते.

त्यानंतर मी माझ्या पत्नीजवळ आलो. मला तिला पाहिल्यानंतर आमचे प्रथम प्रेमसंबंधापासून लग्नापर्यंत आणि अपत्यापासून आजपर्यंतचा संपूर्ण भूतकाळ समोर उभा राहिला. मी तिच्या डोक्यावरून प्रेमाने हात फिरवला; परंतु माझ्या हालचालीची आणि माझ्या स्पर्शाची चाहुल स्वयंपाक घरापर्यंत जाणाऱ्या माझ्या पत्नीला जाणवली नाही.

खोलीबाहेर आलो, तर माझ्या विहीणबाई (जावई यांच्या माता) शांतपणे बसलेल्या पाहिल्या. त्यांच्या डोळ्यात अश्रू होते आणि चेहरा विचारात मग्न झालेला दिसला. सर्वांना धीर देण्याइतपत शक्ती त्यांच्यात नव्हती. आता शेवटी जावई यांना भेटून पुढे जाण्याचे ठरवले. जावई ओ.पी.डी.मध्ये पेशंट तपासत होते. ईस्त्रायली देवदूत म्हणाले, "या डॉक्टरांनी अशी कोणती तपासणी केली आणि त्यानुसार अचूक औषध देण्याचे डॉक्टरांना कसे कळले?"

त्यावेळी मी त्याना सांगितले, "या डॉक्टरांना जगातील सर्व आजाराची लक्षणे माहीत असतात. तपासणी फक्त बाह्य शरीराची करत नाहीत, तर त्या पेशंटचे रक्त, लघवी तपासणी करतात. त्याना शंका वाटल्यास फोटो (छातीचा) काढतात. मेंदूत त्रास असेल तर गरज वाटल्यास डोक्याचे स्कॅनिंग करतात आणि नंतर लक्षणे पाहून औषधे लिहून देतात." त्यानंतर दुसरा देवदूत म्हणाला, "आता आपण जेथे जाणार आहोत, तेथे तुम्हाला स्वर्गातील डॉक्टरांची ओळख होईल. हे डॉक्टर स्वर्गातही असतात आणि पृथ्वीवर राहतात. दोन डॉक्टर आहेत. पुरुष डॉक्टराचे नाव अॅलेक्स ऑर्बिट आणि महिला डॉक्टराचे नाव आहे अॅलक्झो बेटीशाईन.' हे दोन्हीही डॉक्टर सध्या फिलिपिन्स आणि जगात कोठेही प्रॅक्टिस करतात. त्यांना केव्हाही स्वर्गात बोलावले जाते. त्यांची उजव्या हाताची पाच बोटे काम करतात. ते बिनटाक्याचे ऑपरेशन करतात. त्यांच्याकडे वैद्यकशास्त्रातील अफाट ज्ञान आहे." मी म्हणालो, "स्वर्गातील डॉक्टर म्हटल्यानंतर त्यांच्याकडे

अफाट ज्ञान असणारच; परंतु माझ्या जावयाने जे ज्ञान मिळवले ते अभ्यास करून मिळवले आहे. या पृथ्वीवर 'जागतिक आरोग्य संघटने'ने जे ज्ञान दिले, ते सर्व ज्ञान माझ्या जावयाने मिळवले, त्याचा मला अभिमान आहे. गरीब घराण्यात जन्माला आलेल्या माझ्या जावयाने अतिकष्टाने ज्ञान मिळवले. माझा जावई एम.डी. मेडिसीन, बालरोगतज्ज्ञ, हृदयरोगतज्ज्ञ याशिवाय आता त्यांनी मानसोपचार तज्ज्ञ ही पदवी प्राप्त केली आहे. माफक फी, कमी खर्चात उपचार, सर्व सोयींनी युक्त हॉस्पिटल आहे. याशिवाय या डॉक्टरांची ओळख 'गरिबांचा डॉक्टर' अशी आहे."

इस्त्रायली देवदूत यांच्या उत्सुकतेपोटी डॉक्टरांच्या पाठोपाठ निघाले. प्रथम ते अतिदक्षता विभागात गेले. त्यानंतर ते जनरल वॉर्डात पोरांची तपासणी करू लागले. विशेष योग्यता प्राप्त पेशंट (श्रीमंत पेशंट स्वतंत्र खोलीतील) यांना तपासले व नंतर वरती तिसऱ्या मजल्यावर माझ्या भौतिक शरीराची तपासणी केली, माझ्या मुलीबरोबर चर्चा करत थोडा वेळ थांबले. नंतर हॉलमध्ये येऊन आरामखुर्चीत बसले. आम्ही त्यांच्या मनातील विचार जाणले. 'हळवे डॉक्टर' असा इस्त्रायली देवदूताने शब्द उच्चारला व आम्ही पुढील प्रवासासाठी निघालो.

अवकाश प्रवास

आम्ही तिघेजण अवकाशात पृथ्वीपासून उंचावर तरंगत अतिशय वेगाने निघालो. वाटेत पृथ्वीसारखे नऊ ग्रह दिसले. या ग्रहांना पार करून पुढे प्रवास चालू ठेवला. एवढ्यात एक सपाट भूप्रदेश दिसला. या भूभागावर पिवळसर सोनेरी प्रकाश दिसला. तेथे आम्ही पोहोचलो. आता तरंगण्याच्या वेगाची गती कमी होत चालली होती. आम्ही या सोनेरी प्रकाशात प्रवेश केला. पुढे तरंगत राहिलो. त्यानंतर आम्हाला जांभळ्या कलरचा पट्टा दिसला. तो पट्टा ओलांडून आतमध्ये गेलो. तेथे एक प्रवेशद्वार लागले. तेथे आम्ही तिघेही थांबलो. यावेळी देवदूत नम्रपणे म्हणाले, "इथपर्यंत तुम्हाला आणणे हे आमचे काम होते, ते आम्ही पूर्ण केले. तुम्ही आतमध्ये जा, तुमचे स्वागत होईल." त्यानंतर आतमध्ये गेलो, एक वेगळ्याच प्रकारची छत नसलेली मोठी खोली दिसली. आत येण्याची परवानगी घेतली आणि मी खोलीत प्रवेश केला. त्या ठिकाणी मला काही लोक दिसले. त्यांनी माझे स्वागत करत मला आतमध्ये बोलावून घेतले. बरेचसे लोक मला ओळखीचे वाटले. ख्रिश्चन धर्माचे संस्थापक येशू ख्रिस्त दिसले. मी त्यांचे छायाचित्र पृथ्वीवर पाहिले होते. त्यानंतर नुकतेच निधन झालेले थोर विचारवंत तत्त्वज्ञ, मानसशास्त्रज्ञ, एक महान अध्यात्मकार आचार्य रजनीश उर्फ ओशो यांनाही पृथ्वीवर पाहिलेल्या

त्यांच्या फोटोवरून ओळखले. त्यानंतर बौद्ध धर्माचे संस्थापक, महाज्ञानी भगवान गौतम बुद्ध दिसले.

त्यापुढे पाहतो, तर दोन व्यक्ती उभ्या होत्या. त्यापैकी एक पुरुष व दुसरी स्त्री होती. त्यांनी स्वतःहून त्यांचा परिचय करून दिला. त्यापैकी पुरुष व्यक्ती म्हणाली, "मी एक डॉक्टर आहे. मी बिनटाक्याची सर्जरी करतो आणि माझे नाव आहे. ॲलेक्स ऑर्बिटो मी पृथ्वीवर असतो व इथेसुद्धा असतो." त्यानंतर महिला डॉक्टर यांनी परिचय दिला. "माझे नाव ॲलेक्स बीटीशाईन असून, मीसुद्धा बिनटाक्याची सर्जरी करते." त्यानंतर सहाव्या व्यक्तीने मला विचारले, "मला ओळखता का? आमची पाच हजार वर्षांपूर्वी आपली पृथ्वीवर भेट झाली होती. त्यावेळचे तुमचे नाव येसोबा जहागीरदार आणि तुमचा मित्र सोमदरा आता सोपान या नावाने पृथ्वीवर जन्म घेतला आहे. तो ही थोड्या दिवसात इथे येणार आहे. तुम्हा दोघांच्या भेटीची व्यवस्था केली आहे. तुम्हा दोघांच्यामुळे मला या ठिकाणी म्हणजे स्वर्गात येण्याची संधी मिळाली."

मी गोंधळलेल्या अवस्थेत प्रतिप्रश्न केला, "अजूनही समजले नाही."

यावर त्यांनी उत्तर दिले की, "मी वाल्या! महाराष्ट्रातील मोठा दरोडेखोर!" पाच हजार वर्षापूर्वी तू आणि तुझा मित्र 'सोमदरा' व्यापारी करून येत होता. त्यावेळी तुम्हाला लुबाडण्यासाठी वागदऱ्याच्या झाडीत मी लपून बसलो होतो. मी माझे हत्यार पुढे केले व तुम्हाला शरण येण्यास सांगितले. तुम्ही शरण येण्यापूर्वी मला अट घातली. आम्ही आमचे सर्व साहित्य, मोहरा तुला द्यायला तयार आहोत. एवढेच काय आमचे प्राणसुद्धा तुला द्यायला तयार आहोत. फक्त घरी जाऊन एक गोष्ट विचारणे आवश्यक आहे. तोपर्यंत आम्ही इथे थांबतो. पत्नीला व मुलांना विचार की मी लूटमार करून तुमचे पोट चालवले, यात माझ्याकडून पाप झाले की पुण्य झाले एवढेच याचे उत्तर द्या. पत्नीचे उत्तर असे आले की आपण पाप केले का पुण्य केले तुम्हीच ठरवा. फक्त तुम्ही आम्हाला जगवले हे उपकार आहेत आणि त्याबरोबर तुमचे कर्तव्यही पार पाडले यात समाधान माना. आता मुले स्वबळावर कष्ट करून जगतील. वाल्या पुढे म्हणाला, मी परत तुमच्याजवळ आलो. तुम्ही निवांत झाडाखाली विश्रांती घेत होता. थकलेल्या गाढवालाही विश्रांती मिळाली होती. घरी घडलेला सर्व प्रकार तुम्हाला सांगितला. तुम्ही म्हणालात, 'ठीक आहे ही लूट घरापर्यंत पोहोचवून परत ये. आल्यानंतर जर तुला वाटले की मला ठार मारावे. तू आम्हास ठार मारू शकतोस. आम्ही मरण्यास तयार आहोत. पुन्हा मी लूट गाढवावर लादली व गाढवाबरोबर घरी गेलो. सर्व लूट घरात ठेवली व पुन्हा

परत गाढवासह तुमच्याजवळ आलो आणि मी तुम्हाला माझे पाप दाखवतो. ते तुम्ही पाहा व नंतर तुमचा निर्णय आम्हाला सांगा. मी जवळच्या टेकडीवर तुम्हाला घेऊन गेलो. तेथे दगडाने भरलेले सात रांजण दाखवले. सर्व रांजण दगडाने भरलेले होते. या सात रांजणात जेवढे दगड आहेत, तेवढ्या लोकांना मी आतापर्यंत ठार मारले. प्रत्येक मारलेल्या लोकांचा रक्त सांडलेला दगड मी या रांजणात आणून टाकला आहे. आजही ते सात रांजण त्या टेकडीवर आहेत, असे मी तुम्हाला सांगितले. तुम्ही हे सर्व पाहिल्यानंतर मलाच प्रश्न केला की, 'अजून दोन दगड या रांजणात येणे बाकी आहेत.'

मी म्हणालो, "कोणाचे?"

त्यावेळी तुम्ही नम्रपणे उत्तर दिले, "आमच्या दोघांच्या प्राणाचे!"

मी तुमच्या दोघांचे पाय धरले आणि म्हणालो, "तुम्ही निघून जा. मी माझ्या पापांचे प्रायश्चित भोगतो."

त्यावेळी मला अत्यंत वाईट वाटले होते. मी जंगलात आतमध्ये गेलो व एका दगडी शिळेवर बसलो. हातात कुऱ्हाडीचा दांडा होता. मी कोणत्या देवाची आराधना करावी हेसुद्धा मला माहीत नव्हते. मी फक्त बसून होतो. त्यानंतर मला जन्माला घालणारा देव जन्मदाता देव मानून प्रार्थना करावी, असे वाटू लागले. जन्मदाता म्हणजेच परमात्मा! त्याचीच भक्ती करू या. माझ्याकडे मंत्र नव्हता म्हणून मी परमात्मा हाच मंत्र ठरवला आणि आराधना करण्यास सुरुवात केली. मी जातीने कोळी होतो, त्या काळात कोळी समाज हा क्षत्रिय समाज म्हणून ओळखला जात होता. क्षत्रिय लोक लढाया करायचे, शत्रूंना ठार मारायचे. विजयी झाल्यावर क्षत्रिय राजा त्या सैन्यांचा उद्धार करायचा. संपत्ती द्यायचा. याचा अर्थ असा होतो, शत्रूला मारल्यावर पुण्य मिळते, मात्र मी सामान्य लोकांना ठार मारले व संपत्ती मिळवली. मग मी फार मोठा पापी कसा असणार? मी माझ्या पापामध्ये पुण्य मिळविले. आता माझ्या पाप-पुण्य यांचा हिशोब परमात्मा करेल. मी फक्त ध्यानस्थ राहून परमात्म्याची आराधना करत राहिलो. एकाच ठिकाणी डोळे झाकून परमेश्वराची आराधना करत राहिलो.

अनेक वर्षानंतर मी केव्हा इथे आलो हे समजलेच नाही. परमात्म्यांनी मला त्यावेळी आदेश दिला. पृथ्वीवर जा आणि तिथे असणाऱ्या अपराधी लोकांना अपराधापासून दूर राहावे, असे लेखन कर आणि नंतर परत ये. मी पृथ्वीवर आलो. पाहिले की, स्त्रियांवर अत्याचार मोठ्या प्रमाणात होत होता. राजा, प्रजा आणि रक्षक (सैन्य) या तीन बाबी महत्त्वाच्या होत्या. शरीराने शक्तिशाली असणारे

लोक अशक्त लोकांवर अन्याय करत होते. स्त्रियावर अत्याचार होण्याचे प्रकार वाढले होते. त्यामुळे बरेच सुखी संसार उद्ध्वस्त झाले होते. शक्तिशाली लोक स्त्रीभोगी होते. त्यांच्याकडे अनेक स्त्रिया दासी म्हणून ठेवल्या जात होत्या. प्रत्येक राजाच्या किमान दोन पत्नी होत्या. कष्टकरी लोकांना साहाय्य मिळत नव्हते. अशा परिस्थितीत समाजातील अनिष्ठ प्रथा नष्ट व्हाव्यात हा विचार मनात ठेवून एक पुस्तक लिहिले. पुस्तक काव्य रूपात संस्कृत भाषेत लिहिले. त्यासाठी मी एक काल्पनिक राजा निर्माण केला. त्याचे नाव श्रीराम ठेवण्यात आले आहे आणि स्त्री शक्तीवर आधारित एक पुस्तक तयार झाले. त्याचे नाव 'रामायण' असे दिले. पुढे स्त्रीची दुर्दशा शक नष्ट व्हावी म्हणून उत्तर रामायण लिहिले. हे लेखन मी एका ठिकाणी केले. ते गाव माझ्या नावाने आजही प्रसिद्ध आहे. गावाचे नाव 'वेल्हे' पुणे-पंढरपूर रोड महाराष्ट्र.

मी 'रामायण' लिहले ते स्त्री समस्या सुटावी या हेतूने रामायणात सुरुवातीपासून कथेला वळण देणारी स्त्री आहे. राणी कैकयी सत्तेचा व प्रेमाचा वाईट उपयोग, दंडकारण्य प्रेमासाठी, पत्नीच्या हट्टापाई हरणाचा पाठलाग, या ठिकाणी स्त्रीच जबाबदार. सुग्रीव बाली वैर कोण जबाबदार? सुंदर स्त्री! राम-रावण युद्ध कोण जबाबदार? माता सीता अपहरण! उत्तर रामायण सीतेचा वनवास. उत्तर काय तर पतीने पत्नीवर दाखवलेला अविश्वास. राम एकपत्नी, एकवचनी! पती व पत्नी या दोघांतील प्रेम. रावणाची क्रूरता कारण स्त्रीचा अहंकार. संपूर्ण रामायणाचा केंद्रबिंदू स्त्री आहे. यातून स्त्रीचे संरक्षण, स्त्री बद्दल प्रेम, आदर, विश्वास या मूल्यांना प्राधान्य दिले आहे.

मी जगातील कोणत्याही भाषेत रामायण लिहू शकलो असतो; परंतु रामायण संस्कृतमध्ये लिहिले, माझी चूक धरली गेली व माझ्या वाल्मिकी समाजास कठोर शिक्षा मिळाली. हा जन्म उच्चवर्णीय समाजात जन्म झाला तर पुढच्या जन्मात उच्चवर्णीय वाल्मिकी समाजात जन्म दिला आहे. असे मी गेली पाच हजार वर्षे हे चक्र चालू ठेवले आहे. तुम्ही स्वतः या जन्मात उच्चवर्णीय असून, तुम्हाला स्वर्गात स्थान मिळाले, याचा मला आनंद आहे. कारण तुम्ही पाच हजार वर्षांपूर्वीचे गुरू आणि त्यांचे स्वागत शिष्य वाल्मिकी आहात. याचा मला सर्वांत जास्त आनंद आणि अभिमान वाटत आहे. पुन्हा तुमचे या स्वर्गमंडलात स्वागत करत आहे.

"मला पाच हजार वर्षांपूर्वीचे काय आठवणार? मात्र मी पाच हजार वर्षापूर्वी पुण्यवान व आता या जन्मातही पुण्यवान आहे. ऐकून मनास समाधान वाटले. या जन्मात वाल्मिकी महाराज आपणास या ठिकाणी पाहून माझे जीवन सार्थकी लागले

असे वाटते." असे मी म्हणालो आणि शांत उभे राहून सर्वांना नमस्कार केला.

यानंतर ॲलेक्स ऑर्बिटो म्हणाले, "तुम्ही आडवे अंतराळात झोपा, मी म्हणालो, टेबल नाही, असे कसे अंतराळात आडवे झोपता येईल. त्यावेळी ते म्हणाले शरीर फिजिकल बॉडी नाही ॲस्ट्रल बॉडी आहे तुम्ही आडवे झोपू शकता."

मी त्यांच्या सूचनांचे पालन केले. ख्रिस्त यांनी उजव्या बाजूने छातीत हात घातला व तेथून तांबूस निळ्या रंगाचे द्रव्य बाहेर काढले.

मी म्हणालो, "हे काय आहे?"

जिझस ख्रिस्त म्हणाले, "या जन्मातील मानसशास्त्रीय साठवण ही आम्ही बाजूला केली. याला 'स्टोमॅटा' म्हणतात. आता तुमचे शरीर शुद्ध झाले. न्यूट्रल झाले."

ॲलेक्स ऑर्बिटो यांनी माझ्या जखम आलेल्या भागावरून हात फिरवला. त्यांच्या हाताची बोटे याची वेगळीच हालचाल जाणवली.

ॲलेक्स म्हणाले, "ऑपरेशन पूर्ण झाले. आता तुम्ही छातीच्या जखमेवरून हात फिरवा. त्याप्रमाणे मी छातीवरून हात फिरविला पाहतो तर छातीची जखम दिसत नव्हती. टाके दिसत नव्हते. पूर्वीसारखी छातीवरील त्वचा जाणवत होती. यावर पुन्हा ॲलेक्स म्हणाले, यालाच 'बिनटाक्याचे ऑपरेशन' असे म्हणतात. आम्ही सहाजण येथे आलो आहे. फक्त विश्वनिर्माता परमात्मा अजून यायचे आहेत. ते आल्यानंतर तुम्हाला हा जन्म पूर्ण व मागील जन्म पूर्ण दाखवला जाईल. तुमच्यासमोर सर्व जण त्यासंबंधीची चर्चा होईल आणि तुम्हाला दोन्ही जन्मातील पाप व पुण्य यांची माहिती दिली जाईल. पुन्हा चर्चा होईल व तुम्हाला मान्य असा निर्णय घेतला जाईल. तोपर्यंत तुम्ही समोरच्या खुर्चीत बसून प्रतीक्षा करा." यानंतर सर्व जण अदृश्य झाले. मी मात्र विश्वनिर्मात्याची वाट पाहात खुर्चीत बसलो.

◆◆◆

एका स्वयंभू आत्म्याचा मृत्यू अनुभव - भाग २

गुरुवर्य सोपान निवृत्ती शिंदे गुरुजी यांची संस्मरणीय कामे

१) शासनाकडून शिक्षक म्हणून नियुक्ती केली आहे आणि या पदाला साजेशे काम आपल्या हातून झाले पाहिजे, याची जाणीव मी आयुष्यभर ठेवली. शिक्षकांचे काम विद्यार्थ्यांना ज्ञान देणे व समाजातील अज्ञानी लोकांना चांगले मार्गदर्शन करणे हे होय. पूर्वीच्या शिक्षण देण्याच्या पद्धतीत विद्यार्थ्यांना शारीरिक शिक्षा देऊन ज्ञानार्जन करणे अशी होती. मात्र विद्यार्थ्यांची मानसिक अवस्था शोधून मानसशास्त्रीय पद्धतीने विद्यार्थ्यांच्या मनात अभ्यासाची गोडी निर्माण करून मी अध्ययन केले. माझ्या मार्गदर्शनाखाली घडलेले विद्यार्थी पुढील काळात मोठमोठ्या पदावर शासकीय सेवेत रुजू झाले. त्याकाळात म्हणजे सन १९४७-४८ मध्ये अभ्यासक्रमात गणित विषयात पाढे असायचे. त्यावेळी १ पासून १० येईपर्यंतचा पाढा विद्यार्थ्याकडून किमान २५ वेळा म्हणायला लागे. प्रथम पाहून नंतर न पाहता असे पाढे मी पाठ करून घेत होतो. त्यामुळे गोडीत व प्रेमात पाठांतर व्हायचे. त्याचप्रमाणे (पावकी, निमकी, पाऊणकी याचेही पाठांतर करून घेत असे. माझा एक विद्यार्थी बी.टी. झाला. एकदा तो मला भेटायला आला. तो म्हणाला, 'गुरुजी तुमच्या पाठांतराचे मानसशास्त्रीय महत्त्व खूप मोठे आहे. एक वाक्य एका विद्यार्थ्याकडून २२ वेळा वदवून घेतल्यास ते वाक्य त्याच्या स्मरणशक्तीत चांगले रुजून बसते. त्या विद्यार्थ्याला झोपेत जर विचारले, तरी तो विद्यार्थी झोपेत उत्तर देईल. गुरुजी तुमची शिकवण्याची पद्धत मानसशास्त्रावर आधारित होती.

२) गरजूंना योग्य मार्गदर्शन हे शिक्षकाचे आद्यर्तव्य आहे. ज्या गावात शिक्षक म्हणून मी नोकरीला होतो त्या गावातील हा प्रसंग. स्पृश्य समाजातील लोक अस्पृश्य समजल्या जाणाऱ्या समाजातील व्यक्तीवर सतत अन्याय करत होते. अस्पृश्य व्यक्तीने याबाबत गुरुजींना मार्गदर्शन करण्यास सांगितले. गुरुजींनी योग्य मार्गदर्शन केले. त्याप्रमाणे अस्पृश्य व्यक्तीने अन्यायाला वाचा फोडली आणि प्रकरण गावच्या सरपंचापर्यंत गेले. त्यावेळी स्वतःहून गुरुजींनी सरपंचाच्या न्याय प्रक्रियेत भाग घेतला. स्पृश्य व्यक्तीला समजावून सांगताना महत्त्वाचे दोन मुद्दे मांडले. त्यामुळे सरपंचांचा न्याय सर्वांना मान्य झाला आणि त्या गावातील स्पृश्य-अस्पृश्य वाद संपला. स्पृश्य व्यक्तीने अस्पृश्य व्यक्तीकडून आठ दिवस काम करून घेतले; परंतु मजुरीचे पैसे न दिल्यामुळे दुसऱ्या शेतकऱ्याकडे कामाला गेला. त्याचा राग मनात ठेवून स्पृश्य व्यक्तीने विनाकारण मारहाण केली. हा मारहाणीचा प्रकार दोनदा झाला. तिसऱ्या वेळी अस्पृश्य व्यक्तीने एक फटका मारला. त्यात स्पृश्य रक्तबंबाळ झाला. त्यावेळी स्पृश्य व्यक्तीच्या मदतीला इतर दोन साथीदार आले होते. त्यात त्यांनाही मार खावा लागला. प्रकरण सरपंचाकडे गेले. न्याय देण्यासाठी सरपंचांनी माझे मत विचारले. न्यायाला अनुसरून मी म्हणालो, 'केलेल्या कामाची मजुरी वेळेत न देणे स्पृश्य माणसाचा गुन्हा आहे. मजुरी न मिळाल्याने अन्य शेतकऱ्यांच्या शेतावर कामाला का गेला म्हणून दोन वेळा मारहाण केली हा दुसरा गुन्हा आहे. परत तिसऱ्या वेळेस मारहाण होत असल्याने प्रतिकार केला म्हणून मारहाणीसाठी इतर लोकांना बोलावून त्यांच्या मदतीने त्या एकट्या व्यक्तीला मारहाण करणे हा तिसरा गुन्हा आहे. या भांडणाचे मूळ आहे 'मजुरी'. इथून पुढे केलेल्या कामाची मजुरी देणे व परस्पर मारहाण न करता प्रकरणच चावडीकडे आणणे महत्त्वाचे आहे.' माझ्या या म्हणण्याला सहमती दर्शवत सरपंचाने न्याय दिला.

३) मी निवृत्त होण्याअगोदर इतर ११ शिक्षकांचा ग्रुप बनवला. प्रतिमहिना आम्ही काही रक्कम जमा करून एक मोठा फंड तयार केला व त्यातील पैशाचा उपयोग गरीब व गरजू शिक्षण घेणाऱ्या बहुजन समाजातील विद्यार्थ्यांसाठी खर्च केला. हा उपक्रम निवृत्तीनंतरही बरेच दिवस चालू होता. एकदा आमच्या ग्रुपमधील एका शिक्षकांच्या आजारपणावरील उपचारासाठी पैशाची आवश्यकता होती. त्यावेळी फंडही संपलेला होता. मात्र त्यांना मदत आवश्यक होती. त्यामुळे मुलांकडून ५० हजाराची व्यवस्था केली व वेळेत पैसे पोहोच केल्याने उपचार झाले आणि त्या सहकाऱ्याला नवजीवन मिळाले.

४) स्वतःचे आत्मचरित्र पुस्तक लिहून स्वतःच्या पेन्शनमधील पैशातून पुस्तक छापून घेतले. ते आत्मचरित्र सर्वांसाठी प्रेरणादायी आहे.

५) अध्यापन करणाऱ्या शिक्षकांबाबत त्यांच्या मनात महत्त्वाचे स्थान होते. अध्यापकाबरोबर चर्चा करणे हा त्यांचा आवडता छंद होता. नवीन नातेवाईक शोधताना त्यांनी शिक्षकांना महत्त्वाचे स्थान देत प्राधान्य दिले. मात्र जावयांना स्वतःच्या मुलाचे स्थान दिले म्हणून ते जावयांच्या गळ्यातील ताईत बनले.

शिंदे गुरुजींना आयुष्यभर सतावत राहिलेल्या काही गोष्टी

१) स्वतः शिक्षक असल्यामुळे शिक्षणाबाबत मुलगा व मुलगी असा भेदभाव केला. दोन्ही मुलांना इंजिनिअर केले. मात्र दोन्ही मुलींना किमान पदवीपर्यंत शिक्षण आवश्यक होते. मुलीचे शिक्षण पूर्ण न करता लग्न करून गृहसंसारात पाठवले अर्थात त्या काळातील सामाजिक परिस्थितीचा विचार केला तर योग्य होते; परंतु त्यांना पदवीपर्यंत शिकवणे ही पालक म्हणून त्यांची जबाबदारी होती. सर्व नातवंडे पात्र शिक्षण घेऊन स्वयंभू झाली आहेत. पदवीपर्यंत शिक्षण घेऊन चांगल्या ठिकाणी नोकरी करत आहेत. काही नातवंडे त्यामार्गाने वाटचाल करीत आहेत. किमान ९५ टक्के पेक्षा जास्त मार्क घेऊन अध्ययनाचे काम करत आहेत. एक नातू एमटेक आहे. याचे त्यांना समाधान वाटत होते.

२) मुलांच्या संसारात अडथळे निर्माण करणाऱ्या नातेवाईकांना आपल्यापासून दूर ठेवणे किंवा त्यांच्यात बदल घडवून आणून त्यांना सुधारण्यात यश आले नाही. मी सर्व नातेवाईकांना आपले नातेवाईक म्हणून मानतो आणि मला आपले मानणे आवश्यक होते; त्यांच्याकडून मी बाळगलेली अपेक्षा पूर्ण झाली नाही.

3) 'व्यक्ती तितक्या प्रकृती' यालाच म्हणायचे. संस्कृतीमध्ये विकृती असू नये, अशी प्रत्येकाची इच्छा असते आणि अशा विकृत व्यक्तीबाबत संशोधन करण्याचा विचार मनात कधीच आला नाही.

४) प्रमाणता आणि प्रामाणिकता यातील फरक आयुष्यात केव्हाही शोधता येतो, मात्र तीव्र इच्छा पाहिजे.

५) बदल झाले म्हणून बदलू नका. बदल होण्यापूर्वी स्वतःला बदलून घ्या, हा संदेश फक्त मी अध्यापन करत असताना विद्यार्थ्यांना दिला; परंतु निवृत्तीनंतर हा संदेश माझ्याजवळच राहिला.

सोपान निवृत्ती शिंदे (गुरुजी) मृत्यू अनुभव...

माझी मृत्यू प्रक्रिया दिनांक २१ ऑक्टोबर २०२१ पासून सुरू झाली. गुरुवारचा दिवस मी रात्री माझ्या खोलीत झोपी गेलो. पहाटे साधारण ३ ते ३.३० च्या दरम्यान माझ्यासमोर दोन व्यक्ती उभ्या राहिल्या. त्यांनी केशरी रंगाचे वस्त्र अंगाभोवती गुंडाळले होते. मला वाटले हे कोणीतरी संत असावेत, परंतु ते संत नव्हते. वेगळे कोणीतरी होते. चेहरा दिव्य प्रकाशमान दिसत होता. ते परिचय करून देताना म्हणाले की, "आम्ही बनारशी साधू आहोत. परमात्म्यांनी तुम्हाला घेऊन येण्यासाठी आम्हाला पाठवले आहे." "या जन्मातील माझे काम झाले असेल, तर मी यायला तयार आहे," मी म्हणालो. यावेळी एक साधू म्हणाला, "आम्ही बोलत असलेले फक्त तुम्ही ऐकता, मात्र तुम्ही बोलत असलेला आवाज घरातील सर्वांना ऐकू येतो." मी म्हणालो, "यावर उपाय सांगा?" त्यावर साधू म्हणाले, "तुमचे पारदर्शी शरीर भौतिक शरीरापासून वेगळे करू या! म्हणजे आम्हाला तुमच्याशी बोलता येईल."

मी म्हणालो, "ठीक आहे. त्यांनी माझे पारदर्शी शरीर बाजूला केले; परंतु तरीही भौतिक शरीरातील सर्व प्रक्रिया व्यवस्थित चालू होत्या. साधू म्हणाले, "तुम्ही या जन्मात मिळवलेल्या सर्व शोधशक्तीने तुमच्या शरीरावर नियंत्रण ठेवले आहे. शोधशक्ती तुमची नियमित कामे पार पाडतील. आम्ही तिघेजण जवळच्या कॉटवर बसून चर्चा करू लागलो.

एक संत म्हणाला, "आम्ही तिबेटियन अध्यात्म विद्येचे केंद्रस्थान येथे राहतो. अध्यात्मातून अनेक अडचणी सोडवण्याचा प्रयत्न केला. भारतामध्ये शंकराला तिसरा डोळा आहे. यावर आम्ही अध्यात्मिक संशोधन केले. आपण टिळा जेथे लावतो, तेथे तिसरा डोळा असतो. त्यातून खालील निष्कर्ष काढण्यात आले.

१) टिळा लावतो त्याच्या मागील बाजूस एक इंच अंतरावर एक काळ्या रंगाचा स्पॉट आहे. या स्पॉटवर शस्त्रक्रिया करून त्याचे रहस्य उलगडण्याचा प्रयत्न केला. काळा स्पॉट सक्रिय झाल्यास त्याची नेत्रबिंदूसारखी क्रिया होऊ शकते, या निष्कर्षापर्यंत पोहोचण्याचा प्रयत्न केला.

२) जिवंतपणे समाधीस्थितीत येता येते आणि त्यासाठी आपली दृष्टी मन त्या काळ्या स्पॉटवर केंद्रित केल्यास त्या स्पॉटचे रहस्य समजते.

३) बौद्ध धर्माचा प्रसार तिबेटमध्ये झाल्यामुळे जीवनाची रहस्ये समजण्यास मदत झाली. बौद्ध धर्मात बुद्धाने असे काही जीवनाच्या रहस्याचे सिद्धांत मांडले

आहेत. त्यामुळे बहुतांश तिबेटियन स्वर्गात स्वतःचे स्थान निर्माण करत आहेत, ४) तिबेट हा जगातील सर्वात पवित्र प्रदेश आहे. या ठिकाणी देवदूत विश्रांती घेतात. त्यामुळे तिबेटला स्वर्गात महत्त्वाचे स्थान आहे.

आपाल्याला काही क्षणाअगोदर पृथ्वी कक्ष सोडायचा आहे. तेव्हा आपण निघू या. आम्ही तिघेजण अंतराळात वेगाने स्वर्गाच्या दिशेने निघालो. जाताना नऊ ग्रह लागले. ते ओलांडून स्वर्गाच्या दारात सोडून बनारस साधू निघून गेले. मी आतमध्ये प्रवेश मिळवला. सात लोकांचे मंडळ भेटले. तेथे ख्रिस्त, आचार्य रजनीश ओशो, भगवान गौतम बुद्ध, ॲलेक्स ऑर्बिटो, ॲलेक्स बीटीशाईन आणि वाल्मिकी ऋषी भेटले. त्यांनी माझे स्वागत केले, ऑपरेशन करून स्टोमॅटा बाहेर काढला. वाल्मिकी ऋषींनी पाच हजार वर्षांपूर्वीची ओळख सांगितली. त्यानंतर मी विचारले, "हाच स्वर्ग काय?" यावर ओशो म्हणाले, "हे गुरुमंडल आहे. याच ठिकाणी स्वर्ग, ज्ञान, विज्ञान, जन्म, पुनःर्जन्म, पाप व पुण्य याचा विचार केला जातो. या गुरुमंडलात जन्माचा व मागील जन्माचा आढावा घेतला जातो. आणि त्यावर खुली चर्चा केली जाते."

एवढ्यात एका व्यक्तीचे आगमन झाले. सर्वांनी त्यांना नमस्कार केला. नमस्कार स्वीकारत ते टेबलाजवळ येऊन खुर्चीत बसले. त्यांनी आसनग्रहण केल्यानंतर इतर सहा जणसुद्धा आसनस्थ झाले. त्यानंतर त्यांनी मला बोलावून घेऊन समोर ठेवलेल्या एका खुर्चीवर बसण्यास सांगितले. मी समोर बसलो. त्यानंतर बोलण्यास सुरुवात केली. गुरुमंडळात आपले स्वागत आहे. आचार्य रजनीश उर्फ ओशो यांनी सर्वांची ओळख करून दिली. त्यांनी ज्यावेळी प्रमुख व्यक्तीची ओळख सांगण्यास सुरुवात केली. तेव्हा मी म्हणालो, "यांना मी ओळखतो. आपण महाराष्ट्र राज्यात 'स्वामी नरसिंह सरस्वती' या नावाने ओळखले जाता. आपण कृष्णा नदीकिनारी औंदुबर या गावी एक दिवस मुक्काम केला. त्यानंतर 'नरसोबाची वाडी' म्हणून कुरुंदवाड ता. शिरोळ, जि. कोल्हापूर या ठिकाणी काही दिवस वास्तव्य केले.नंतर आपण गाणगापूर गावात राहात आहात. हे सत्य आहे का?" ते म्हणाले, 'बरोबर आहे.'

त्यानंतर ओशो म्हणाले, "हेच ते विश्वनिर्माता, परमपिता, परमात्मा, गुरुमंडलाधिपती, कर्ता-करविता, पालनहार, महाअधिष्ठाता, विश्वगुरू, ब्रह्मांडनायक आहेत." मी साष्टांग नमस्कार घालण्याचा प्रयत्न केला; परंतु त्यांनीच उत्तर दिले, "त्याची आवश्यकता नाही. मी परमात्मा गुरुमंडलात तुमचे स्वागत करतो." "आपण पृथ्वीवर असताना आपले नाव श्री स्वामी नरसिंह

सरस्वती होते. हे आपणास मान्य आहे का?” मी सहज प्रश्न विचारला. यावर त्यांनी मान डोलावून मला होकार कळवला. मी समाधानी झालो. त्यांनी नंतर ज्या गोष्टी सांगितल्या, त्या सर्व लक्षात राहण्यासारख्या होत्या.

श्री स्वामी नरसिंह सरस्वती म्हणाले, ‘मी अन् स्वामींनी तीन ठिकाणचा प्रवास केला, वास्तव्य केले. एवढेच काय, सामान्य लोकांच्या व्यथा सोडवत असताना, अध्यात्माचा प्रसार करण्याचा प्रयत्न केला. मी ज्या ठिकाणी ज्या संगमावर वास्तव्य केले, त्या ठिकाणाला नंतर गावाचे स्वरूप प्राप्त झाले आणि माझ्या नावाने लोक त्या ठिकाणास ओळखू लागले. वाडीचे रूपांतर नरसिंहवाडीत झाले. मी तेथून गाणगापूर गावी वास्तव्य केले. तेथूनही मी निघालो आणि आठवड्यातून एकदा त्या गावांना भेट देत राहिलो. असा मी ८०० वर्ष प्रवास करत आहे; परंतु माझ्या नावावर अक्षरशः बाजार सुरू झाला आहे. त्यांनी माझ्या नावाने मंदिर उभारले आहे; परंतु त्या मंदिरात मी आजपर्यंत कधीही गेलो नाही. प्रत्येक आठवड्यात मी संपूर्ण २४ तास पृथ्वीभ्रमण करत त्या ठिकाणी येतो, तर मी मंदिरात न थांबता बाजूला असणाऱ्या वृक्षाखाली बसतो. माझ्या भक्तांची भक्ती झाडाखाली बसून जाणतो आणि त्यांची योग्य अपेक्षापूर्ती करतो. यामध्ये मी लोकांच्याकडून, भक्तांकडून नामस्मरण, भक्ती, ध्यानस्थ राहणे या गोष्टीची अपेक्षा केली. तेथे येणारे भक्त नमस्कार घालतात. दानपेटीत पैसे टाकतात आणि निघून जातात. त्यामुळे तेथे भक्ती करणारे, ध्यान करणारे लोक शोधून त्यांना आशीर्वाद देतो, ही खरी स्थिती आहे. मी तिथे असल्यावर पुढच्या आठवड्यात येणारे भक्त आणि या आठवड्यात आलेले भक्त यांना आशीर्वाद देतो आणि झाडाखाली विश्रांती घेऊन नंतर निघून येतो. मी एकाच वेळी पृथ्वीवर अनेक ठिकाणी असतो.

माझ्या नावाने उभारलेल्या मंदिराची व परिसराची स्वच्छता ठेवतात म्हणून त्यांचे कार्य मी पुण्य समजत नाही किंवा पाप समजत नाही.मी किंवा माझी शक्ती कोणत्याही मंदिरात, मशिदीत, चर्चमध्ये किंवा अन्य कोणत्याही ठिकाणी प्रार्थनास्थळात कार्यरत नाही. जगात असणाऱ्या भाषांच्या कोणत्याही मंत्राने मला प्रकट करण्याची इच्छा मी पूर्ण करू शकत नाही किंवा करणार नाही. मी इथे गुरुमंडलात बसून पृथ्वीवरीत सर्व सजीवांची व्यथा समजू शकतो. म्हणून तरी पवित्र आत्म्यांना मी माझ्याजवळ स्थान दिले आहे. जगात माझे आस्तित्व आहे, हे शोधण्याचा प्रयत्न अनेक जिवंत मानवांनी बऱ्याचदा केला; परंतु माझे अस्तित्व हे गूढ स्वरूपात ठेवले आहे.

परमात्म्यांनी माझ्या या जन्माची व मागील जन्माची खुली चर्चा करण्यासाठी

मला माझा मागील जन्म समोरील टेबलावर दाखवले. गेल्या जन्मात मी जन्मल्यापासून ते मृत्यूपर्यंतचा पूर्ण कालावधी मला दृश्यस्थितीत दाखवला. या जन्मातील सर्व कालावधीसुद्धा दृश्य रूपात दाखवला आणि नंतर खुली चर्चा सुरू झाली. त्यात प्रामुख्याने माझा कोणत्या कारणासाठी जन्म झाला. त्याची पूर्तता, संपूर्ण आयुष्यात माझ्याकडून झालेल्या कार्याचा चारही बाजूंनी विचार झाला. त्यामध्ये माझ्या कृतीने इतरांना झालेला फायदा किंवा त्रास असेल तर व्यक्तिगत का समूहासाठी, कोणा कोणाच्या भावना, मन दुखावले, शारीरिक त्रास, मानसिक त्रास याची खुली चर्चा झाली. माझे शरीर पूर्णपणे न्युट्रल म्हणजे अॅस्ट्रल बॉडी असल्यामुळे पाप किंवा पुण्य मला मान्य करावे लागले. त्यानंतर प्रत्येक अमृत आत्म्याने प्रकट विचार मांडले. प्रथम गौतम बुद्ध, जिझस ख्रिस्त, आचार्य रजनीश ओशो, अॅलेक्स ऑर्बिटो, मॅडम अॅलेक्स बीटीशाईन व संत वाल्मिकी महाराज. त्यानंतर पुढील जन्माविषयी चर्चा झाली. त्याबाबत त्यांनी माझे विचार ऐकून घेतले आणि तुमच्यासाठी पवित्र माता मिळणे आवश्यक असल्याने पवित्र माता मिळाल्यानंतर पुढील जन्म दिला जाईल. तोपर्यंत तुम्हाला स्वर्गात वास्तव्य करावे लागेल, याची सूचना मला मिळाली आणि नंतर मला पृथ्वीवर पाठवून दिले. मी पृथ्वीवर परत आलो आणि माझ्या भौतिक शरीरात प्रवेश केला आणि निवांत राहिलो. यानंतर तीन दिवसांनी माझा मृत्यू होणार आहे, हे मला माहीत होते. माझ्या मृत्यूची घरातील कुटबांतील लोकांना कल्पना यावी, या हेतूने मी सहजपणे माझ्या प्रिय कुटुंबीयांना बोललो. यापुढे माझी सेवा करण्यास लावणार नाही, जर तुम्हाला माझा त्रासच वाटत असेल, तर आपण अजून तीन दिवस सहन करावा.

खुल्या चर्चामध्ये मला या जन्मात दिल्या गेलेल्या सुविधाची चर्चासुद्धा झाली त्यामध्ये उत्तम परिवार, उत्तम सहकारी, प्रेमळ मित्र-परिवार, चांगले नातेवाईक, सस्नेही, मित्रवर्ग, अभ्यासू मुले-मुली, प्रेमळ सुना, नातवंडे, निष्पाप सेवा करणारी नात-सून, आज्यांचा सन्मान आदर करणारी नातवंडे या चर्चेने मला अत्यंत समाधान वाटले.

माझ्या मृत्यूचा दिवस- मृत्यूपूर्वीची १५ मिनिटे

मला मृत्यूची चाहूल लागली तो दिवस होता शनिवार आणि तारीख होती. ३० ऑक्टोबर २०२१. त्यादिवशी पहाटेच्या सुमारास मी जागृत अवस्थेत होतो. झोपेतच मृत्यू नको म्हणून रात्रीच माझ्या नातवास जागे केले होते. त्यामुळे सर्व कुटुंब माझ्याजवळ होते. सर्वांना समाधानाने पाहून घेतले आणि मृत्यूला सामोरे

जाण्यास तयार झालो. माझ्या शरीरातील सर्व ऊर्जाशक्ती हळूहळू एका विशिष्ट बिंदूकडे आकर्षित होऊ लागली. पायाकडून ऊर्जाशक्ती नाभीकडे येऊ लागली. डोक्याच्या केसाच्या मुळापासून खाली सर्व ऊर्जाकेंद्रे नाभीकडे येऊन एक लहान असा उर्जेचा गोळा तयार झाला. हळूहळू शरीर थंड पडू लागले व ऊर्जा गोळा बाहेर आला. माझा मृत्यू झाल्याची माझ्या सभोवतालच्या लोकांची खात्री होऊ लागली. दरम्यान माझ्या भौतिक शरीराबाहेर पडलेल्या उर्जेच्या गोळ्याने माझ्या ॲस्ट्रल बॉडीचे रूप धारण केले. मी माझ्या मृत भौतिक शरीरालगत बसून राहिलो. नंतर काही तासांपर्यंत माझे भौतिक मृत शरीर एका ठिकाणी तसेच ठेवण्यात आले. तेव्हा मी दोन ठिकाणी होतो. भौतिक शरीर मृत अवस्थेत तर पारदर्शी शरीर जिवंत अवस्थेत बाजूला बसून होते. नातेवाईक कुटुंबीय यांचा आक्रोश चालू होता. मी जिवंतपणे माझ्याच मृत्यूचे दर्शन आणि अनुभव घेत होतो. यात मला एक गोष्ट कळली की, ती म्हणजे फक्त मानवाचे शरीर नाशवंत असून आत्मा अमर आहे!"

काही तासानंतर माझी मुलगी सोलापूरहून माझ्या मृत शरीराजवळ आली. यात माझ्या दोन्ही मुलींचे माझ्यावर किती प्रेम आहे हे जाणवले. भारतीय संस्कृतीत मुलीचे बापावर अधिक प्रेम असते व मुलांचे आईवर अधिक प्रेम असते, असे नमूद आहे, हे प्रत्ययास आले. एवढ्यात माझा लहान मुलगा परिवारासह बेंगलूरहून आला व सर्व वातावरण दुःखमय झाले. मी जवळ होतो. मी माझ्या मुलांना-मुलींना समजावण्याचा प्रयत्न केला. मात्र मी ॲस्ट्रल बॉडीमध्ये असल्यामुळे माझा प्रयत्न व्यर्थ गेला. नंतर धार्मिक कार्यक्रमाने माझे शरीर अंत्यविधीसाठी स्मशानभूमीत नेले. मी सुद्धा त्यांच्याबरोबर चालत स्मशानभूमीपर्यंत गेलो.

(पान नं ७१-७२ च्या मधील भाग A - M)

परमात्म्याने खूप विचार करून मानवी शरीर निर्माण केले. परमात्म्याने प्रथम मानवी शरीर तयार केले. या शरीराला वेगवेगळे अवयव दिले. प्रत्येक अवयवाचे महत्त्व जाणून घेतले. प्रथम डोके बनवले. डोक्याचे महत्त्व लक्षात घेऊन डोके कवटीने सुरक्षित बनवले व डोक्यातून शरीरावर संपूर्ण नियंत्रण ठेवण्याचे ठरवले. आतापर्यंत निर्माण केलेल्या सर्व प्राण्यांपेक्षा मोठा व बुद्धिमान, नियंत्रक, शरीर नियंत्रक, परिस्थिती नियंत्रक, सृजनशील, धाडसी, क्रूर असे यंत्र तयार केले. हे मांसल यंत्र एवढे महान झाले की ते यंत्र मानवाला विश्वनिर्मात्यापर्यंत पोहोचवेल, असे उपयुक्त गुणधर्म त्यामध्ये घातले गेले. मानव याला मेंदू म्हणून ओळखतात. या मेंदूभोवती वलयांकित शक्ती जागृत ठेवली, त्याला मानवानी 'मन' हे नाव

दिले. मन हे वलयांकित फिरते चक्र असल्यामुळे ते डोक्यापासून पुढील सर्व अवयवाभोवती इंद्रियाभोवती सतत फिरत असते. प्रामुख्याने मनाचा वावर मेंदूभोवती जास्त असतो.

मानवी मनाचा विचार केल्यास प्रामुख्याने दोन गोष्टी विचारात घ्याव्या लागतात. एक बाह्य मन तर दुसरे आंतर मन. यात अनेक उपविभाग आढळतात. मात्र परमात्म्याने मानवी मन आणि त्याला वेदना आणि जाणीव यांची सांगड घातली आहे. परमेश्वराने याला मानवी शोधशक्ती म्हणणे पसंत केले आहे. याला इंग्रजीमध्ये 'ह्युमन रिफ्लेक्टर्स' असे म्हटले आहे. ही शोधशक्ती परमेश्वराने जागृत ठेवली आहे. जन्माला आलेल्या बाळापासून अंतिम घटका मोजणाऱ्या शरीरापर्यंत ही शोधशक्ती सतत जागृत ठेवली आहे. मानवी शरीर एका उभ्या, सरळ आणि लवचीक खांबावर उभा ठेवण्यासाठी पाठीचा कणा निर्माण केला. नंतर कणखर अशी हाडे तयार केली. ती हाडे एकमेकांत गुंतून राहतील, अशी व्यवस्था केली. याला आपण पायाची हाडे, हाताची हाडे असे म्हणतो. मेंदूचे नियंत्रण पायावर व हातावर ठेवण्यासाठी हाडाच्या आतून वाहिन्या निर्माण केल्या आणि हाडाचे संरक्षण करण्यासाठी त्यावर मांसल स्नायू निर्माण केले. या स्नायुंमुळे शरीरावर एखादा झालेला आघात थेट हाडांपर्यंत पोहोचू शकणार नाही, याची काळजी परमेश्वराने घेतले. संपूर्ण शरीर सरळ उभे ठेवता येईल, याची व्यवस्था करून हाडांची गुंफण करून त्यावर कठीण स्नायूचे आवरण देवून पायाचे तळवे तयार केले. दोन्ही पायाचे तळवे संपूर्ण शरीराचा बोजा सांभाळू शकेल, अशी व्यवस्था पायाच्या तळव्यात केली.

मानवी शरीर इतर प्राण्यांप्रमाणे तयार करताना घेतलेली काळजी श्वसनसंस्था, पचनसंस्था, उत्सर्जन संस्था, रक्ताभिसरण संस्था तसेच श्रवणसंस्था, आवाज निर्माण करणारी संस्था अशा सर्व संस्था मानवी शरीरात व्यवस्थित बसवल्या व या सर्व संस्थांच्या सुरक्षेसाठी त्वचा बनवली. प्रत्येक इंद्रियावर एक पारदर्शक आवरण तयार केले. या सर्व संस्थावर इंद्रियांवर तयार केलेल्या पारदर्शक आवरणाचे नियंत्रण ठेवले आणि मानव जीव तयार केला. हा जीव स्वयंभू झाला. एक चालता-बोलता प्राणी तयार केला. या मनुष्य प्राण्याचे पुनरुत्पादन करून दुसरा एक मानव निर्माण केला. त्याच्यामध्ये सर्व इंद्रिये विकसित केली. अशा प्रकारे दोन मानव तयार केले आणि पुनरुत्पादनासाठी थोडेसे बदल करून एक पुरुष आणि एक स्त्री असे दोन जीव निर्माण केले. त्यांची पुनरुत्पादन क्षमता विकसित केली आणि नर व मादी यांच्या संभोगातून अपत्य निर्माण करण्याची व्यवस्था केली.

अशा प्रकारे एका मनुष्य प्राण्यामध्ये दोन जीव जागृत ठेवत असताना भौतिक शरीर आणि त्याचे संरक्षण करणारे पारदर्शक शरीर एका प्राण्यात निर्माण केले. मादी म्हणजे स्त्रीसाठीसुद्धा अशाच प्रकारचे भौतिक व पारदर्शक मिळून शरीर तयार ठेवले आणि मानव निर्माण केला. याच्या फक्त दोनच जाती आहेत. पुरुष आणि स्त्री जात, यालाच 'नर' आणि 'नारी' असे म्हणतात.

थोडक्यात मानवी शरीर दोन आवरणाने बनलेले आहे. एक भौतिक शरीर आणि दुसरे पारदर्शक शरीर होय. इंग्रजीमध्ये physical body and Astrol body असे म्हणतात. आता यांच्या कार्याविषयी माहिती असणे आवश्यक आहे. जन्माला येणारे बाळ दोन्ही आवरण युक्त असते व मृत्यूसमयी पारदर्शी भौतिक शरीरापासून वेगळे होते आणि निघून जाते यालाच आपण मानवी जीव असे म्हणतो आणि फक्त भौतिक बॉडी असणारे शरीर आपण त्यास दफन करतो किंवा दहन करतो. त्यामुळे मानवी शरीर यंत्रणेमध्ये ॲस्ट्रल बॉडीला महत्त्वाचे स्थान आहे. ॲस्ट्रॉल बॉडीशिवाय असणारे शरीर म्हणजेच भौतिक किंवा मृत शरीर होय. ॲस्ट्रल बॉडी अमर आहे. मानवी शरीराच्या मृत्यूनंतर इंद्रिये पारदर्शक स्वरूपात ॲस्ट्रल बॉडीमध्ये जिवंत असतात. महत्त्वाची बाब म्हणजे ॲस्ट्रल बॉडीला भौतिक शरीर सोडल्यानंतर वाटेल तो आकार घेता येते. ही ॲस्ट्रल बॉडी बलाढ्य प्राण्याएवढा आकार घेऊन विशाल रूप दाखवू शकते किंवा एकपेशीय प्राण्याएवढाही सूक्ष्म आकार धारण करू शकते.

मानवी शरीररचनेत ॲस्ट्रल बॉडीला अतिशय महत्त्वाचे स्थान आहे. शरीरातील सर्व इंद्रिये अनेक पेशीच्या समूहाने स्नायू तयार झाले आहेत आणि या पेशींच्या विशिष्ट आकारात ठेवण्याचे कार्य ॲस्ट्रल बॉडीचे आहे. फक्त शरीरातील इंद्रियांचा विचार केल्यास मेंदू, हृदय, जठर, किडनी, फुफ्फुसे यांच्या मांसल स्नायूंना विशिष्ट आकार देण्याचे कार्य ॲस्ट्रल बॉडी करते. सर्जन डॉक्टरांनी अभ्यास केल्यास त्यांना हे निश्चितच माहीत असेल. उदाहरणार्थ, किडनीचे आवरण स्नायूंच्या सात पापुद्र्यांनी बनले आहे आणि प्रत्येक पापुद्र्यांमध्ये एक पारदर्शक आवरण आहे. त्वचासुद्धा सात पापुद्र्यांनी बनलेली आहे आणि प्रत्येक आवरणामध्ये पारदर्शक आवरण दिसेल. याला जिवंत ठेवण्यासाठी सर्व इंद्रिय संस्था कार्यरत ठेवल्या आहेत. मनुष्याचा मृत्यू होतो, ही सर्व पारदर्शक आवरणे बाहेर येतात, त्यावेळी पारदर्शक शरीर जिवंत राहते आणि मांसल शरीर मृत झालेले असते. आपण मृत शरीराची विल्हेवाट लावतो म्हणजे भौतिक शरीर नष्ट केले जाते.

ॲस्ट्रल बॉडी जिवंत असते. ती बॉडी न्यायनिवाड्यासाठी परमात्म्याकडे

जाते. परमात्मा मानवाची निर्मिती करत असताना कदाचित भगवान गौतम बुद्ध अगोदरच्या जन्मामध्ये परमात्म्यांना सहाय्य करत असावेत. याउलट भगवान गौतम बुद्ध हेच परमात्मा असावेत असे वाटते. इथपर्यंत माझे अध्यात्मविषयक ज्ञान पोहोचले नाही. त्यामुळे निश्चित निकर्ष काढणे अशक्य आहे. तर्कसंगतीचा विचार केल्यास जगाला ज्ञान देणारे पहिले मानव भगवान बुद्ध आहेत. सुमारे २५०० ते २८०० वर्षांपूर्वी गौतम बुद्ध यांचा जन्म झाला आणि प्रथम त्यांनी बौद्ध धर्माची स्थापना केली आणि आपल्याजवळ असणारे अफाट ज्ञान त्यांनी बौद्ध साधकांना दिले. साधकांनी तेच ज्ञान जतन करून ठेवले व नवीन धर्म स्थापन करून धार्मिक ज्ञान लोकांना दिले.

१. भगवान येशू ख्रिस्त : बुद्धांचे शिष्य. बुद्ध यांच्यानंतर पाचशे वर्षांनी जन्म घेतला. ख्रिस्ती धर्माची स्थापना केली. पूर्वीच्या ज्ञानावर त्यांनी 'बायबल' नावाचा धर्मग्रंथ लिहिला व बुद्धाच्या ज्ञानावरच त्यानी आयुष्यभर लोकांच्या शंकाचे समाधान करण्याचे काम केले. लोकांना प्रवचने दिली. प्रवचनांच्या माध्यमातून त्यांनी समाजाला एका विशिष्ट चौकटीत बसवण्याचा प्रयत्न केला. मानवी जीवनाचा आनंद घेण्याचा मार्ग त्यांनी लोकांना सुचवला. त्यामुळे समाज सामाजिक बांधिलकीत जखडून ठेवला.

    बुद्ध यांच्या उपदेशातून त्यांनी सुचवलेल्या मार्गांतून, प्रवचनांतून आणि कृतीतून अभ्यास करणाऱ्या साधकांच्या माध्यमात बुद्ध हेच परमात्मा असावेत अशी शंका मनात भासवते आणि त्या साधकाचे मानसशास्त्र त्या बाजूला झुकते.

    १) ॲलेक्स ऑर्बिटो आणि ॲलेक्स बीटीशाइन यांना मानवी शरीरातील बिघाड व त्यावरील उपचाराची माहिती बुद्धांनी दिली. आजारी व्यक्तीला समोर झोपवून तपासणी करताना बुद्ध एका विशिष्ट अँगलने त्याच्या शरीरातील तपासणी करायचे. ओटीपोटीचा आजार असेल आणि एखादा नाशवंत अवयव शरीरात असेल, तर ते आपला हात सरळ आरपार पोटात घालायचे. यासाठी ऑपरेशन शस्त्रे, साहित्यांचा वापर न करता पेशंटच्या पोटातील नाशवंत स्नायू सरळ बाहेर काढायचे. यासाठी पेशंटला भूल द्यायची गरज नाही. विशेष म्हणजे ऑपरेशनने बाहेर काढलेले विषारी स्नायू बाजूला करून ऑपरेशन केलेल्या जागेवरून आपल्या उजव्या हाताच्या बोटांनी जखमेवर हात फिरवायचे. हळूहळू जखम बरी होवून शेवटी बाह्य त्वचेवर जखमेवर, फाटलेल्या त्वचेवर सातवेळा हात फिरवायचे. त्वचा पूर्वीसारखी व्हायची. ऑपरेशनचा व्रणसुद्धा दिसायचा नाही. ही कला फक्त पती-पत्नीने अवगत करून घेतली.

२) स्वसंरक्षण कला - दुसऱ्याचा हल्ला परतवून लावण्याची कला काही शिष्यांनी अवगत करून घेतली. मात्र ही कला भारतात न रहाता चीनमध्ये गेली. याला 'ज्युडो कराटे' म्हणतात.

३) लोकांनी अंधश्रद्धा व भीती यामुळे पुनर्जन्मावर विश्वास ठेवला नाही, असे बौद्ध साहित्यात आढळते. मात्र बुद्ध पात्र शिष्यांना गतजन्म, वर्तमान जन्म, पुढील जन्मात पोहोचवून पुन्हा वर्तमान स्थितीत आणत होते. हे मृत्यूनंतर गुरुमंडलातील न्यायव्यवस्थेवरून समजते.

४) गौतम बुद्धांना वनस्पतीज्ञान खूप होते. वनस्पतीचे पान, फूल, फांदी यांचा वापर करून आजारावर उपचार करता येतो, याचेही ज्ञान त्यांनी आपल्या साधकांना दिले होते. 'जिवाक्का' नावाचा एक शिष्य यात निपुण होता.

५) जिवंतपणे समाधी घेऊन समाधीस्थळी येणाऱ्या समस्या सोडवण्याच्या कला आपल्या साधकांना दिल्या, मात्र बुद्ध यांच्यानंतर शंभर वर्षांनी त्याच्या साधकांनी भारतात तो प्रयोग यशस्वी केला. चीन आणि इतर देशांमध्ये बुद्धांच्या मृत्यूनंतर या कलेचा वापर केला गेला. यामुळे तेथील लोकांना सामान्यांना समाधिस्थ साधकांकडून फायदा झाला.

६) बुद्धांनी आपले ज्ञान लोकापर्यंत पोहोचवण्यासाठी पाली भाषेचा उपयोग केला. त्यामुळे पाली भाषेतील ज्ञान आणि चाललेली सामाजिक जडणघडण आजही सुरू आहे.

७) बुद्धांनी आपल्या साधकांना कुटुंब व्यवस्थेत राहणाऱ्या लोकांपासून अलिप्त ठेवले. साधकांना आश्रमात राहण्याच्या सूचना दिल्या.

८) बुद्धांनी आपल्या शरीररचनेतून अनेक रूपे दाखवली. राजमुखी बुद्ध हा गणपती झाला. (या विधानावर मी ठाम नाही). 'मौर्य' या शब्दापासून आजही गणपती दर्शनाच्या वेळी आगमन आणि विस्थापनाच्या 'मोरया' या शब्दाचा वापर आजही होतो.

९) बुद्धांनी अज्ञानी मानवास ज्ञानी केले. क्रूर दरोडेखोरास शिष्य बनवले. चमत्काराचे तंत्र कोणत्याही साधकास दिले नाही.

१०) बुद्धांनी वापरलेली वस्त्रे आजही सर्व साधू-संत वापरत आहे.

११) शरीरातील इंद्रियांवर नियंत्रण ठेवण्यासाठी कला जागृतीची तसेच विपश्यनेची माहिती गौतम बुद्ध यांनी आपल्या शिष्यांना दिली. मात्र सध्या या साधनेचा वापर तपस्या म्हणून केला जातो. मात्र त्यांना ज्ञान मिळत नाही. फक्त पिशाचाबरोबर संपर्क साधता येऊ लागला.

१२) वृद्धावस्थेतील भगवान गौतम बुद्ध एखाद्या झाडाखाली विश्रांती घेत. मात्र साधकांनी त्या अवस्थेतील मूर्ती तयार केल्या. आता इतर धर्मियांनी त्यावर कब्जा करून त्यांच्या देवतांची नावे दिली. ही वर्तमान काळातील स्थिती आहे.

१३) देव प्रत्येक व्यक्तीच्या शरीरात असतो त्याला मंदिरात शोधण्याचा प्रयत्न करू नका. त्यामुळे तुमच्या शरीरातील दैवी शोधशक्तीचे तीव्रता कमी होईल.

१४) बुद्धांच्या शिष्यानी बुद्धांची शिकवण म्हणून प्रेरणादायी ज्ञान देणाऱ्या कथा लिहिल्या. यालाच 'जातक कथा' असे म्हणून संबोधले जाते.

१५) जातक कथेतील एकूण अकरा कथा रामायणामध्ये आढळतात. त्यामुळे 'रामायण' हा ग्रंथ वाल्मिकी यांनी एकत्र करून एक लांब मोठी रचना दिली असावी किंवा रामायणातील कथांपैकी काही कथा जातककथेत आल्या असाव्यात याचा विमर्ष करणे अवघड आहे.

१६) बुद्धाचे ज्ञान 'अहिंसा' या एका भूमिकेवर आहे. मात्र त्यांनी विशिष्ट परिस्थितीत हिंसा झालेले अन्न खाण्यास परवानगीही दिली आहे.

१७) बौद्ध धर्म विज्ञाननिष्ठ आहे. पौरोहित्य बौद्ध धर्मास अमान्य आहे.

१८) देवळात जाऊन दान करणारे देवाचेच दान देवाला देतात हे बौद्ध धर्मात मान्य नाही.

१९) मनाची एकाग्रता म्हणजे बुद्धपूजा मानली जाते. त्यामुळे एखादी शोधशक्ती जागृत होऊ शकते.

भौतिक शरीर व पारदर्शी शरीर (फरक)

- **भौतिक शरीर :** भौतिक शरीर स्नायूंपासून तयार झालेले असते. हे शरीर सर्वांच्या दृष्टिपटात येते. अनेक स्नायूंचा गुच्छा एकत्र येऊन मांसल शरीर निर्माण होते.
- **पारदर्शी शरीर :** पारदर्शी शरीर भौतिक शरीराच्या प्रत्येक अवयवास गुंडाळून असते. यामुळे भौतिक शरीराला विशिष्ट आकार प्राप्त होतो. म्हणजेच भौतिक शरीरातील पारदर्शी भाग हा अविभाज्य घटक आहे. भौतिक शरीरापासून पारदर्शी शरीर मृत्यूसमयी वेगळे होते. मृत्यूसमयी भौतिक शरीराचे जुळे शरीर बाजूला उभे असते. पारदर्शी शरीर फक्त देवदूतांना दिसते. भौतिक शरीर मृत्यूनंतर मृत होते, म्हणजेच नष्ट होते. मात्र पारदर्शी शरीर अमर आहे, ते कधीच नष्ट होत नाही,

यालाच 'परमात्म्याची किमया' असे म्हणतात.

- **शोधशक्ती (रिफ्लेक्टर्स)** : भौतिक शरीर म्हणजे फिजिकल बॉडीच्या अवयवांपैकी मुख्य अवयवांच्या आतमध्ये असणाऱ्या भागाला अॅस्ट्रल बॉडी (पारदर्शी शरीर) मध्ये असतात.
- थोडक्यात अॅस्ट्रल बाडी ही फिजिकल बॉडीची जुळी शरीररचना आहे. जिवंत व्यक्तीच्या शरीरात दोन्हीही बॉडी सक्रिय असतात.
- अॅस्ट्रल बॉडी व फिजिकल बॉडी फक्त देवदूतच वेगळे करू शकतात.
- अॅलेक्स ऑर्बिट, अॅलेक्स बिटीशाईन, भगवान गौतम बुद्ध, भगवान येशू ख्रिस्त आणि स्वयं परमात्मा अॅस्ट्रल बॉडी आणि फिजिकल बॉडी वेगळी करून दोन्हीही जिवंत ठेवू शकतात.
- अॅलेक्स ऑर्बिटो यांनी पृथ्वीवर जन्म घेऊन ऑपरेशन साहित्याशिवाय हाताने ऑपरेशन केलेले आहे.
- अॅलेक्स ऑर्बिटो यांना या शस्त्रक्रियेसाठी प्रमाणपत्र नसल्याने अटक झाली होती. मात्र ऑपरेशनचे कोणतेही व्रण पेशंटच्या शरीरावर दाखवता आले नाहीत, म्हणून त्यांना पुराव्याअभावी निर्दोष सोडण्यात आले. (इ.स. २००० ते २००५दरम्यान)
- अॅलेक्स ऑर्बिटो यांना २५०० ते २७०० वर्षांपूर्वी भगवान गौतम बुद्धांनी ही सर्जरी शिकवली होती. ती येशू ख्रिस्त यांनी बुद्धाकडे शिष्य असताना आत्मसात केली होती.
- मृत्यूनंतर पिशाच योनीतील लोक अॅस्ट्रल बॉडीसह स्मशानभूमी किंवा समुद्राच्या तळाला राहतात.
- पिशाच लोक मांत्रिकाना सहज संमोहित होतात.

मृत्यूनंतर गुरुमंडलातील खुली चर्चा

व्यक्तीच्या मृत्यूनंतरचा प्रवास हा अॅस्ट्रल बॉडीचा प्रवास असतो. मृत्यूनंतर अकरा दिवसांनी हा प्रवास सुरू होतो. यावेळी फिजिकल बॉडी नष्ट झालेली असते आणि अॅस्ट्रल बॉडीचा पुढील प्रवास सुरू होतो. या जगात तीन प्रकारचे लोक आपणास आढळतात.

१. बॉडी ओरिएंटेड

२. हार्ट ओरिएंटेड

३. माईंड ओरिएंटेड

१) बॉडी ओरिएंटेड

हे लोक स्वतःस देव मानतात. हे लोक विज्ञाननिष्ठ असतात. माझ्या शरीरात देव आहे म्हणून मी बोलू शकतो, चालू शकतो, पडू शकतो, श्वासोच्छवास घेऊ शकतो, माझ्या हृदयाचे ठोके मी मोजू शकतो. मी परमेश्वरामुळे जिवंत आहे आणि माझ्या मृत्यूनंतर मी संपणार आणि माझ्या शरीरातून निघून जाणारे दुसरे कोणी नसून प्रत्यक्ष परमेश्वर जाणार. कारण परमेश्वर माझ्या शरीरात आहे. अशा प्रकारचे लोक जीवन जगत असताना स्वतःशी, काही वेळा इतरांशीही बेईमानी करतात. जो स्वतःवर अन्याय करतो, करवून घेतो तो गुलाम असतो. जो दुसऱ्यावर अन्याय करतो, दुसऱ्याचे स्वातंत्र्य हिरावून घेतो. आपल्या शक्तीचे प्रदर्शन करत असताना अनेकांचे खून करतो, अनेकांना नष्ट करतो. समाजावर अन्याय करतो. इतरांना विशेषतः गरजूना मदत करण्याऐवजी अन्याय करतो. अन्यायाची जाणीव निर्माण झाल्यानंतर परमेश्वराची आराधना करतो. मंदिर, मस्जिद, गुरुद्वारा, चर्चमध्ये जाऊन अन्यायाने मिळवलेली संपत्ती मंदिरात दान करतो. यात पाप-पुण्य याबाबत सतत विचारात राहतो. वेळ निघून गेलेली असते. त्यामुळे मृत्यूपर्यंत नरक यातना या जन्मात भोगतो आणि राहिलेले पुढच्या जन्मात भोगण्यास सामोरे जातो. या प्रकारामध्ये लोक न्यूट्रल राहतात. पापही करत नाहीत आणि पुण्यही करत नाहीत याचा हिशोब त्याच्या मृत्यूनंतर केला जातो. काही लोक स्वतःचा विचार न करता इतरांचा विचार करून त्यांना मदत करत असतात. यांच्या पदरी पुण्य अधिक असते. त्यामुळे त्याला दीर्घ आयुष्य लाभते व मृत्यूनंतर गुरुमंडलात प्रवेश करतात. यांचा आत्मा (अॅस्ट्रॉल बॉडी) 'पवित्र आत्मा' म्हणून ओळखला जातो. अशा प्रकारच्या लोकांना गुरुमंडलात घेऊन जाण्यासाठी 'देवदूत' येतात व त्याची रवानगी गुरुमंडलात करतात. या आत्म्याचे गुरुमंडलात स्वागत होते आणि न्यायनिवाड्यानंतर त्यांना पुढील आदेश परमात्म्याकडून मिळतात.

२) हार्ट ओरिएंटेड

हे लोक प्रेमळ असतात. आपल्याकडे असणारे ज्ञान इतरांना देतात. सामान्य माणसाच्या अज्ञानाचा फायदा घेऊन रक्ताचा फायदा करणाऱ्या लोकांविरुद्ध आवाज उठवतात. अज्ञानी लोकांना चांगले ज्ञान मिळावे यासाठी प्रवचन देतात. गाणी, ओव्या, भजन, कीर्तन या माध्यमांचा वापर करतात. सामान्य लोकांचे दुःख समजून घेऊन त्याला सुखाचा मार्ग दाखवतात. देवाचे अस्तित्व शोधण्यापेक्षा स्वतःचे अस्तित्व शोधण्याचा मार्ग दाखवतात. अंधश्रद्धा निर्मूलन करण्याचा

प्रयत्न करतात. देव आणि मानव यांचे थेट संबंध आहेत. देवाला शोधण्यासाठी कोणाची मदत घेत असताना त्यांच्या आमिषाला बळी पडू नका. त्यानी सांगितलेले कर्मकांड करू नका. मंदिरातील पूजा, सत्यनारायणाची पूजा, पुजाऱ्यामार्फत करू नका. त्यामुळे खर्च पैसा व वेळ तुमचा बरबाद होईल याची जाणीव करून देतात.

भगवी वस्त्रे धारण करणारा, जटा वाढवणाऱ्या संत-साधू यांच्याकडे दुर्लक्ष करा. त्यांना कधीही देव प्रसन्न होत नाही. जो साधू स्वतःहून तुमच्याकडे येऊन तुमच्या अडचणीचा मार्ग दाखवतो, तुमच्याकडून कशाही प्रकारच्या द्रव्याची अपेक्षा करत नाही तो खरा संत असतो. कर्मकांड, नरबळी (गायबळी, बोकड बळी, कोंबडी-कोंबडा बळी) याने तुमच्या पदरात पुण्य मिळण्याऐवजी पाप पडते, याची जाणीव ठेवा. स्वतःचे अस्तित्व स्वतः शोधून काढा म्हणजे इतरांना मदत करता येईल. काही युगपुरुषांनी यासाठी धर्माची स्थापना केली आणि धार्मिक नियम तयार केले. येशू ख्रिस्त यांनी खिश्चन धर्माची स्थापना केली, महंमद पैगंबरानी इस्लाम धर्माची स्थापना केली, जैन धर्म, पारशी धर्म, गौतम बुद्धांचा बौद्ध धर्म, सनातन धर्म, गुरुग्रंथसाहेबांचा शीख धर्म हे सर्व धर्म अहिंसावादी आहेत. या धर्मगुरूंच्या तोंडातून येणारा प्रत्येक शब्द सामाजिक बांधिलकी जपणारा असतो. याचे प्रवचन मानवताप्रेमी असते. माणसाला जगण्याचा सरळ मार्ग या धर्मांनी निश्चित केला आहे. सर्व धर्मगुरू हार्ट ओरिएंटेड होते.

महाराष्ट्रात संतपरंपरा, भक्तीमार्ग वारकरी संप्रदायातून निर्माण झाला. या वारकऱ्यांनी फक्त सत्याची बाजू, भक्तीची बाजू आपल्या कीर्तनातून लोकांसमोर मांडली. त्यामुळे अनैतिकता, अनाचार, भ्रष्टाचार यावर बंधने आली आणि आपले विचार अनेक ओव्यांतून लोकांसमोर मांडले म्हणून त्यांचा आत्मा पवित्र झाला. त्या आत्म्यांना गुरुमंडलात स्थान मिळाले. संत, साधू, वारकरी यांच्या नावाखाली अनैतिक कार्य करणारे या सर्वांना मृत्यूनंतर पिशाच योनी प्राप्त झाली.

3. माइंड ओरिएंटेड

हे लोक उपजत बुद्धिमान असतात. मात्र या लोकांना परमेश्वराने जन्म देण्यापूर्वी एक अट घातली असते. तुम्हाला मनुष्य जन्म देत आहोत. मात्र इतर लोकांप्रमाणे गृहस्थाश्रम पूर्ण करावा लागेल. तुम्ही सृष्टीच्या नियमाप्रमाणे अपत्य जन्माला घातलेच पाहिजे. त्यांच्या संगोपनाची व्यवस्था करावीच लागेल आणि त्यानंतर तुम्ही तुमच्या मनाप्रमाणे अध्यात्म, गुरुशोध, गुरुकडून ज्ञानप्राप्ती आणि त्यानंतर तुमचे मन ज्या मार्गाने जाण्यास प्रवृत करेल त्याचा शोध घेण्यास परमात्मा मदत

करेल. मनाने निवडलेला संशोधनाचा मार्ग पुढे सिद्धीनंतर समाजपयोगी असणे आवश्यक आहे. यामध्ये काही लोक असे का ? या प्रश्नाचे उत्तर शोधण्याचा प्रयत्न करतात. न्यूटनसारखी सामान्य व्यक्ती समुद्र किनाऱ्यावर नारळाच्या झाडावरून पडणारे फळ सरळ दिशेने का पडले याचा विचार करू लागला. या विचारात त्याला समाधी लागली व त्याने पडलेल्या फळाबाबत वैज्ञानिक नियम सांगितला व गुरुत्वाकर्षण शक्तीचा शोध लावला त्याचे मापन केले. अनेक प्रयोग करून नवीन शोध लावला. यासाठी त्याने आपल्या शरीरातील शोधशक्ती जागृत केली.

काही साधू विपश्यना, तपस्या करत समाधिस्थ झाले; परंतु त्याचा शोध घेण्याची निश्चिती फक्त ज्ञान नव्हते, तर सर्वांवर अधिकार ठेवण्याची इच्छा व्यक्त करून तपस्या केली; परंतु त्याला काहीही मिळाले नाही. समाधी म्हणजे सम+ अधि- समाधी. सम म्हणजे एकत्र येणे अधि म्हणजे देव. समाधी अवस्थेत सर्व गरजा परमेश्वरामार्फत पूर्ण होतात. सर्व इंद्रिये कार्यरत होतात.

ज्ञान प्राप्तीसाठी स्वत:बरोबर समाजाचा विचार करून ज्ञान मागा. निश्चित ज्ञान मिळेल. तुमचे अध्यात्म यशस्वी होईल. यामध्ये मन आणि डोके, मेंदू यांचा संगम होतो व तुमची शोधशक्ती म्हणजेच रिफलेक्टर जागृत होते.

प्रामुख्याने शास्त्रज्ञ, महान संत आणि सामान्य लोकांना नियमितपणे परमात्मा, नामस्मरण, आराधना व समाधिस्थ प्रक्रिया या गोष्टींची आवश्यकता असते. या सर्व गोष्टीतून परमात्मा दर्शन होऊन शरीरातील शोधशक्ती जागृत होते. एकदा जागृत झालेल्या शक्तीचा योग्य वापर करून स्वत:चे आणि इतरांचे पावित्र्य जपणे आवश्यक आहे.

गुरुमंडल

मानवाकडून करण्यात आलेल्याकर्माचे मूल्यल्यमापन करण्याचे सर्वोच्च न्यायालय म्हणजे गुरुमंडल होय. मानवाचा प्रवास एकपेशीय प्राण्यापासून सुरू होतो व याचा अंतिम जन्म मनुष्य प्राणी म्हणून होतो. या जन्मात निसर्गाने म्हणजे परमेश्वराने दिलेली कार्य पूर्ण करत असताना या जीवनात संचित झालेले पुण्य आणि पाप याचा न्यायनिवाडा पृथ्वीपासून दूर असलेल्या ग्रहावर केला जातो. भारतीय राज्य व्यवस्थेत राज्यघटनेने स्वतंत्र अस्तित्त्व असलेले जे न्यायालय आणि हे न्यायालय सर्वांत मोठे न्यायालय म्हणून ओळखले जाते. त्याला सर्वोच्च न्यायालय असे म्हणतात. तसे न्यायालय परमेश्वराने या दूरवरच्या ग्रहावर तयार केले आहे. त्याला 'गुरुमंडल' असे म्हणतात. या न्यायालयात एकूण सात न्यायाधीश

असतात. मुख्य न्यायाधीश देवांचा देव परमात्मा असतो आणि त्याच्यासोबत सहा न्यायाधीश असतात. या न्यायाधीशांनी पृथ्वीवर जन्म घेऊन संपूर्ण मानवी जीवनाचा अभ्यास केला आहे. विस्कळीत समाज सामाजिक बांधिलकीत राहावा यासाठी हवामान व वातावरणानुसार त्या त्या भागात धर्माची स्थापना केली आणि धर्मानुसार काही नियम घालून देतानाच अहिंसा, सत्य, अस्तेय, अपरिग्रह या सन्मार्गाचा उपदेश केला. भगवान गौतम बुद्धांनी अष्टांग मार्ग सांगताना हिंसा करू नका, असत्य बोलू नका, चोरी करू नका, मालमत्ता गोळा करू नका, ब्रह्मचर्याचे पालन करा, दुसऱ्याची मालमत्ता बळकावू नका, नशिल्या पदार्थांचे सेवन करू नका. असे म्हटले. जग हे दुःखाने भरले आहे. इच्छांच्या मागे गेल्याने यातना भोगाव्या लागतात. बुद्ध यांच्या अष्टांग मार्गामध्ये सम्यक निरीक्षण, सम्यक निश्चय, सम्यक भाषण, सम्यक कृती, सम्यक उदरनिर्वाह, सम्यक व्यायाम, सम्यक कृती आणि चिंतन या बाबीला अधिक महत्त्व दिलेले आढळते. सर्व धर्म संस्थापकाच्या अभ्यासातून लोक यापेक्षा वेगळे वागतात. त्याच्याकडून पापही होते व पुन्हा पुण्यही होते याचे मूल्यमापन करण्यासाठी गुरुमंडलाची स्थापना झाली. यासाठी मानवी जीवनातील पाप व पुण्य यांचा विचार करून त्याना तीन वर्गांत विभाजन केले.

१. पवित्र आत्मा - सर्वांत जास्त पुण्य, अल्प प्रमाणात पाप

२. मध्यम आत्मा - पाप व पुण्य यांचा बॅलेन्स झालेला आत्मा (पापाच्या नरक यातना भोगून आलेला आत्मा)

३. सामान्य आत्मा - सर्वात जास्त पाप, अल्प पुण्य (जन्मापासून मृत्यूपर्यंत पाप.)

पवित्र आत्मा

ज्या व्यक्तीचा आत्मा पवित्र आहे, असे निश्चित झाले, त्यानंतर परमात्मा व त्याचे सहकारी सदस्य त्याचे पृथ्वीवरील कार्य पूर्ण झाले किंवा अपूर्ण आहे, याची चर्चा करतात. कार्य अपूर्ण असेल, तर त्याचे आयुष्य वाढवले जाते आणि पूर्ण झाले असेल तर मात्र देवदूतांना बोलावले जाते. गुरुमंडलात आदरपूर्वक घेऊन येण्याबाबत निर्देश दिले जातात व कार्य अपूर्ण असलेल्या पवित्र आत्मा व त्याचे आयुष्य यामध्ये मुदत वाढवण्याची सूचना देतात. देवदूत स्वतः पृथ्वीवर जाऊन आयुष्य वाढवण्याची शोधशक्ती जागृत करतात व नंतर परत येतात.

भारतात संत रविदास यांना आयुष्य वाढवण्याची शोधशक्ती जागृत करून

त्यांना १५१ वर्षे जगता आले. त्यांचा जन्म वाराणसीमध्ये इ.स. १३७७ मध्ये झाला व मृत्यू वाराणसी येथेच इ.स १५२८ मध्ये झाला. युरोपमध्ये मार्टीन ल्यूथर, उल्रिच झिंगली व जॉन हस यांना स्वर्गातून पृथ्वीपर्यंत पाठवले फक्त ३० वर्षांसाठी. मात्र त्यांचेही आयुष्य वाढवून त्यांना मा. ल्यूथर ६३ वर्षांपर्यंत, झिंगली ४७ वर्षे व जॉन हस यांना ४६ वर्षे वाढवून आयुष्य दिले. परमात्यांनी इस्त्राईल आणि तिबेट यांच्याकडील देवदूतांना पवित्र आत्मा गुरुमंडलात घेऊन येण्याचे काम दिले आहे.

गुरुमंडलात प्रवेश मिळणे म्हणजे त्या आत्म्याचे सर्वश्रेष्ठ भाग्य समजते जाते. देवदूतांच्या मदतीशिवाय गुरुमंडलात प्रवेश मिळत नाही. गुरुमंडलात पवित्र आत्म्याचे स्वागत होते.

एकूण सात लोक अर्धगोलाकृती टेबलावर बसलेले असतात. अर्धगोलाच्या मध्यभागी परमात्मा बसलेले असतात. त्यांच्या उजव्या बाजूस तीन लोक आणि डाव्या बाजूस तीन लोक बसलेले असतात. उजव्या बाजूला बसलेल्या लोकांमध्ये भगवान गौतम बुद्ध, ओशो (आचार्य रजनीश), ॲलेक्स ऑर्बिटो आणि डाव्या बाजूस येशू ख्रिस्त, ॲलेक्स बिटीशाईन, अस्थायी सदस्यापैकी एक. (शेक्सपिअर, राणी पद्मावती, अबू बक्र इस्लामी, डेव्हिड ल्यू, वाल्मिकी ऋषी, भगवान महावीर) गोल टेबलासमोर एक सपाट टेबल असते आणि सपाट टेबलामागे एक खुर्ची असते व त्यावर पवित्र आत्मा बसलेला असतो. त्या ॲस्ट्रल बॉडीला त्याच्या जन्मापासून मृत्यूपर्यंतचा प्रवास दाखवला जातो. पाप व पुण्य याची माहिति विचारात घेण्यास सांगितली जाते. ॲस्ट्रल बॉडीला पाप व पुण्याबाबत प्रश्न विचारते जातात. ॲस्ट्रल बॉडी पाप व पुण्य याचा आदरपूर्वक स्वीकार करते. ॲस्ट्रॉल बॉडी न्यूट्रल असल्यामुळे त्याला पाप किंवा पुण्य याबाबत सफाई देताना सर्व प्रत्यक्ष पाहिलेल्या गोष्टी मान्य करतात आणि निर्णय परमात्म्याकडे सोपवला जातो. उजवीकडे बसलेले तीन जण त्या ॲस्ट्रल बॉडीच्या अगोदरच्या पाच जन्माचे पाप व पुण्य याची माहिति सांगतात. त्यानंतर डावीकडील तिघे जण त्या ॲस्ट्रल बॉडीचा त्यापाठीमागील पाच जन्माची पाप व पुण्य यांची कुंडली सादर करतात. यावर सखोल चर्चा केली जाते. त्या ॲस्ट्रल बॉडीच्या बारा जन्माची पाप व पुण्य याची कुंडली तयार केली जाते. त्यानंतर परमात्मा यावर एक प्रश्नावली तयार करतात. त्यावर ॲस्ट्रल बॉडीकडून उत्तरे घेतली जातात. त्यानंतर स्वर्ग किंवा पुनर्जन्म याचा निर्णय घेतला जातो. ॲस्ट्रल बॉडीच्या इच्छेनुसार काही दिवस स्वर्गात व नंतर पुनर्जन्म करण्याची व्यवस्था केली जाते.

२) संमिश्र पवित्र आत्मा : यामध्ये ॲस्ट्रल बॉडीकडून पुण्य जास्त झालेले

असते आणि पाप अतिशय कमी झालेले असते. मात्र पुण्याचे सुख भोगता आले नाही. पापाची नरक यातना भोगलेली असते. या ॲस्ट्रल बॉडीला त्याच्या इच्छेप्रमाणे सुख भोगता येईल, अशा मातेच्या पोटी पुनर्जन्म दिला जातो.

३) सामान्य पवित्र आत्मा : या आत्माचे पाप व पुण्य समान असते. या आत्म्याने पुण्याचे सुख भोगलेले असते आणि याला पापाची शिक्षा मिळालेली असते. अशा ॲस्ट्रल बॉडीबाबत प्रदीर्घ चर्चा होते. त्यांच्या पुढील जन्माची निश्चिती केली जाते, असे लोक पुढील जन्मात बॉडी ओरिएंटेड होतात.

४) क्रूर आत्मा : या आत्म्याची गुरुमंडलात सखोल चर्चा केली जाते आणि पुढील जन्मात जर क्रूर व्यक्तीच बनवायची असेल, तर त्या व्यक्तीला दहा जन्माच्या क्रूर मातेची प्रतीक्षा करावी लागते, तोपर्यंत त्याला पिशाच अवस्थेत समुद्राच्या तळाशी वास्तव्य करावे लागते.

५) क्षमायुक्त क्रूर आत्मा : या आत्म्यास अवकाशात पिशाच अवस्थेत राहण्यासाठी पाठवले जातात.

६) संमिश्र क्रूर आत्मा : या आत्म्यास जन्म दिला जातो आणि पुण्य करण्याची संधीही दिली जाते. मात्र जन्मानंतर त्या क्रिया त्याला पाप किंवा पुण्य यात ढकलतात. पुढील जन्मात त्याची कसून चर्चा होते.

७) सामान्य आत्मा : हा आत्मा मृत्यूनंतर लगेच जन्म घेतो, तशी व्यवस्था त्याच्या रिफ्लेक्टरमध्ये केलेली असते आणि अशा लोकांना लगेच माता मिळतात.

८) अतिशय पवित्र आत्मा : (हा आत्मा देवदूत असू शकतो.) जगाच्या कल्याणासाठी आयुष्यभर काम करणारा, स्वतःचा विचार न करणारा, इतरांच्या मदतीसाठी धावणारा आत्मा, शोध संशोधन, प्रवचन, भक्ती करणारा आत्मा. या आत्म्याचे त्याच्या कार्यानुसार रिफ्लेक्टरस् आपोआप जागृत होतात व तो समाज सेवा करत राहतो. निसर्ग नियमानुसार अपत्ये जन्माला घालतो. मात्र त्याची अपत्ये जिवंत राहत नाहीत. असा आत्मा मृत्यूनंतर देवदूत होतो. शिवाय इच्छेनुसार पुन्हा जन्म घेतो.

९) जुळी मुळे :

जेव्हा दोन पवित्र आत्मे पुढील जन्मासाठी एकाच मातेची निवड करतात, त्यावेळी त्यांना त्या मातेपोटी जन्म दिला जातो.

१०) पिशाच आत्मे : वेळेपूर्वी मृत्यू, अपघाती मृत्यू, आजाराने मृत्यू, नशेत मृत्यू, क्रूर कृत्याबद्दल जमावाकडून हत्या, खून केलेले, मानवाने दिलेली फाशीची शिक्षा अशा आत्म्याना २०० वर्षांपासून ८०० वर्षांपर्यंत पिशाच योनीत राहावे

लागते. असे पिशाच सामान्य माणसाना त्रास देऊ लागले, तर एखाद्या सामान्य माणसाची शोध शक्ती जागृत केली जाते आणि त्यांच्यामार्फत या पिशाचांना कंट्रोलमध्ये ठेवता येते. शक्यतो यांची जागा स्मशानभूमीतच असते आणि त्यांचा वावर ठरावीक अंतरापर्यंतच असतो.

(पान नं ७१-७२ च्या मधील भाग A - M End)

गुरुवर्य केशव तुकाराम जोशी (गुरुवर्य गुरुजी)
गुरुमंडलातील खुली चर्चा :

परमात्मा आल्यानंतर लगेच गुरुमंडल सदस्य उपस्थित झाले. मी सर्वांना नमस्कार केला, आणि परमात्म्यांनीही माझे स्वागत केले आणि खुल्या चर्चेला सुरुवात झाली. मला माझा पूर्व जन्म व सध्याचा जन्म यातील सचित्र दर्शन दिले. गेल्या जन्मात माझा पश्चिमेकडील एका देशात जन्म झाला होता. त्या जन्मातही मी शिक्षक होतो; परंतु तेथे असणारी सामाजिक स्थिती, राजकीय स्थिती वेगळी होती. त्या ठिकाणी मी परिस्थितीला सामोरे जात माझे जीवन काढले. त्या जन्मातील माझा पाप व पुण्य याचा आलेख दाखवला आणि या जन्मातीलसुद्धा पाप व पुण्य याचा आलेख दाखवला. या जन्मात माझ्या वाट्याला पुण्य जास्त व पाप कमी यामुळे माझा दोन जन्मातील पाप व पुण्य यांचा बॅलेन्स झाला आणि माझा आत्मा पवित्र झाला. त्यामुळे मला गुरुमंडलात स्थान मिळाले. आता मला पुन्हा जन्म घ्यायचा असेल तर पवित्र आत्मा असणारे माता व पिता मिळणे आवश्यक होते. त्यामुळे अशा आत्म्याची मला प्रतीक्षा करावी लागेल, हे सांगण्यात आले. यासाठी स्वर्गात राहण्याची व्यवस्था केली जाईल, हेही सांगण्यात आले.

पुन्हा परमात्मा म्हणाले, 'आम्ही जन्म देताना प्रत्येक आत्म्यात एक शोधशक्ती जागृत ठेवलेली असते. मृत्यूनंतर लगेच म्हणजे १२ दिवसांनी जन्म वाटेल त्या मातेच्या पोटी घेण्याचे निश्चित केलेले असते. जेव्हा एखादा पवित्र आत्मा आमच्या निदर्शनास येतो, त्यावेळी त्या आत्म्याला १० दिवस अगोदर गुरुमंडलात बोलावून घेतो आणि त्याचा मृत्यू होतो, मात्र तो आत्मा मृत्यूनंतर पुन्हा या ठिकाणी येतो आणि त्याला योग्य माता निवडून देतो.

सामान्य आत्म्यांना लगेच नवीन जन्म मिळतो. कारण ज्यावेळी त्याला जन्म घ्यायचा आहे. यावेळी अनेक माता व पिता गर्भधारणेसाठी कार्यरत असतात. त्यानंतर सामान्य माणसात असामान्य माणसे असतात. त्यांच्यासाठी लगेच सामान्यात असामान्य माता मिळते.

फक्त पवित्र आत्मा आणि क्रूर आत्मा यांना लवकर माता मिळत नाही. पवित्र आत्म्यासाठी आम्ही स्वर्गात वास्तव्याची सोय केली आहे. मात्र क्रूर आत्म्यास पिशाच योनीत प्रतीक्षा करावी लागते. क्रूर आत्म्यामध्ये एक नाव सांगता येईल, 'हिटलर.' ऑगस्टो पिनो, चेट जोसेफ स्टॅलीन, माओ झेडांग, इडी अमिन (द.आफ्रिका), अट्टीला द हुण, चेंगेजखान, व्हालदिमीर लेनीन, टी. म्यूर, बेनिटो मुसोलीनी, फ्रान्सिस्को फ्रँको, मॅक्स मिलन, रोबेस्पीयरे लीओपोल्ड, दुसरा बेल्जियम, तलत पाशा, खोरलोंगीन चियाओ बॅलासून, गैयस ज्युलिअस सीझर जर्मेनिकस' तथा कॅलिगुला, वॅल्ड द इम्प्लायर, अॅवन द टेरिबल अशा अनेक लोकांना जन्म घेण्यासाठी हजारो वर्षे पिशाच योनीत राहावे लागले. ज्या मातेची किमान दहा जन्माची क्रूरतेची साखळी असेल अशा मातेपोटी असे क्रूर लोक जन्माला येतात. अशा आत्म्यासाठी पात्र माता लवकर मिळत नाही व त्यांना जन्म घेण्यासाठी प्रतीक्षा करावी लागते. काही वेळा एकाच वेळी अनेक पवित्र आत्म्याचे लोक जन्माला येतात. गौतम बुद्ध, भगवान महावीर वगैरे भारतात बिहार राज्यात जन्मास आले. त्याचप्रमाणे अल्बर्ट आयनस्टाइन, आयझॅक न्यूटन, विल्यम शेक्सपिअर, मायकल एच. हार्ट, महात्मा गांधी, मार्टिन ल्यूथर, नेल्सन मंडेला, हेन्री फोर्ड वगैरे. तसेच महान बुद्धिजीवी मानवतावादी लोक या पृथ्वीवर जन्मास आले. येशू ख्रिस्त, महंमद पैगंबर, गौतम बुद्ध, कन्फ्यूशिअस या सर्व लोकांना जन्म घेण्यास अनेक वर्षे स्वर्गात प्रतीक्षा करावी लागली. ज्यावेळी पवित्र माता आणि पिता मिळाले, तेव्हा त्यांचा जन्म झाला. ही माहिती देऊन परमात्मा, परमपूज्य, विश्वनिर्माता, तारणहार, गुरुमंडलाधिपती व इतर सहा सदस्यांनी मला पृथ्वीवर जाण्यास सांगितले. मी पृथ्वीवर आलो व तीन दिवसांनी माझा मृत्यू झाला. धार्मिक पद्धतीने माझ्या भौतिक शरीराचे अंत्यसंस्कार करण्यात आहे. पुढील १२ दिवस माझ्या घरासमोरील झाडावर थांबून घराकडे येणाऱ्या प्रत्येक व्यक्तींना मी पाहत राहिलो.

• मृत्यूनंतरची १५ मिनिटे आणि पुढील १२ दिवस

पवित्र आत्म्यासाठी मृत्यूनंतरची पुढील १५ मिनिटे अतिशय महत्त्वाची असतात. पवित्र आत्म्याने अनेक पवित्र वलये शरीराभोवती निर्माण केलेली असतात. मानवी शरीराच्या बाहेर दोन शोधशक्ती वलयांकित स्थितीत निर्माण केलेल्या असतात. जर पवित्र आत्म्याचे कार्याने व कर्माने एखादी जरी शक्ती कार्यरत असेल, तर शक्ती अॅस्ट्रल बॉडीबरोबर येण्याची आवश्यकता असते.

त्यामुळे मृत्यूनंतर ॲस्ट्रल बॉडी शक्ती आपल्यात सामावून घेण्याच्या प्रयत्नात असते.

माझ्याबाबत गुरुमंडलात चर्चा झाली आणि त्यांनी मला सूचना दिली होती की, मृत्यूनंतर लगेच भौतिक शरीर सोडू नये. मृत्यूनंतर किमान १५ मिनिटात सर्व शक्ती ॲस्ट्रल बॉडीमध्ये सामावून घ्याव्यात आणि नंतर शरीर सोडावे. त्यामुळे मृत्यू होऊनही माझे शरीर झोपलेल्या स्थितीत होते. माझ्या शरीराची सर्व इंद्रिये बंद असूनही माझा नाभी भोवतालचा शरीराचा भाग पूर्णपणे गरम होता. त्यामुळे जावई डॉक्टर गोंधळात पडलेले होते, तरीसुद्धा त्यांनी माझा मृत्यू घोषित केला होता. मी सर्व शोध शक्ती प्राप्त केल्यानंतर शरीर सोडले. त्यानंतर पुढील सर्व क्रिया मी समक्ष पाहत होतो. गेल्या जन्मात माझे मृत शरीर दफन केले होते. या जन्मात मात्र माझे मृत शरीर दहन करण्यात आले.

माझे भौतिक शरीर दहन करून नंतर मी पारदर्शी शरीरासह आमच्या घरासमोर असलेल्या झाडावर थांबून होतो. माझ्या कुटुंबियांना भेटण्यासाठी येणाऱ्या प्रत्येक व्यक्तीवर मी लक्ष ठेवून होतो. माझ्या मृत्यूबाबत कुटुंबीयासमोर दिलेल्या प्रतिक्रिया बाहेर आल्यानंतर रस्त्यावर झालेली त्यांची चर्चा या सर्व गोष्टी मी पाहत होतो. माझ्या कुटुंबीयांनी धार्मिक विधीप्रमाणे रक्षा विसर्जन, पिंडदान, पूजा यासारखे सर्व कार्यक्रम मी पाहिले आणि नंतर बाराव्या दिवशी म्हणजे माझ्या प्रत्यक्ष मृत्यूनंतर २८८ तासांनी मी ठिकाण सोडले आणि सरळ गुरुमंडलात परमात्म्याची भेट घेण्यासाठी आलो. त्यांनी माझी स्वर्गात म्हणजे पृथ्वीपासूनच्या सहाव्या ग्रहावर राहण्याची व्यवस्था केली. मी स्वर्गात राहण्यास गेलो आणि तेथे वास्तव्य करू लागलो. तसे पाहता मी गेल्या दोन जन्मांमध्ये ज्ञान देण्याचे काम केले. आणि त्यातच मला समाधान वाटत आले. मात्र मी पुढचा जन्म ज्ञान घेण्यासाठी घेईन. ज्ञानी लोकांकडून, अध्यापकांकडून ज्ञानार्जन करेन आणि त्यापुढील ज्ञान मी स्वतः प्रयत्नाने मिळवेन. किंबहुना हे माझ्या आयुष्याचे कर्तव्य समजून कार्य करेन. ज्ञानाच्या अनेक शाखा लोकांना अपरिचित आहेत. त्यांचा शोध घेईन व त्या ज्ञानाचा उपयोग समाजासाठी कसा होईल, याचा प्रयत्न करेन व त्यातच माझे सौख्य सामावलेले असेल. याकरता मला ज्ञान मिळवण्यासाठी प्रोत्साहित करणाऱ्या मातेच्या शोधात असेन आणि तिच्यापोटी जन्म घेईन.

माझा पुढील जन्म हा जगाच्या कल्याणासाठी असेल व त्या जन्मात माझे नाव जगाच्या इतिहासात अमर राहील, अशी अपेक्षा करतो. मी परमात्म्याची आता

भेट घेऊन माझी इच्छा व्यक्त करेन. परमात्मा माझी इच्छा मान्य करतील, अशी अपेक्षा बाळगतो. कारण गेल्या जन्मात मी जर्मनी देशात एक खेड्यात जन्म घेऊन महायुद्धात सक्रिय झालो. त्यावेळी माझ्या झालेल्या चुका मला परमात्म्यासमोर मान्य कराव्या लागल्या होत्या.

♦♦♦

गुरुवर्य सोपान निवृत्ती शिंदे

मृत्यू अनुभवावरून भावनिक संदेश

कोणत्याही व्यक्तीला जन्म-मृत्यूच्या साखळीतून जावे लागते. जन्म झाला की बालपण, विद्यार्थी जीवन, विवाह, उद्योग किंवा नोकरी, अपत्यांना जन्म देणे, त्यांना वाढवणे, त्यांचे पालनपोषण करणे, त्यांना एक उत्तम नागरिक बनवणे एवढ्यातच आपले तारुण्य संपते. त्यानंतर म्हातारपण, मग मृत्यूची प्रतीक्षा आणि शेवटी मृत्यू हे चक्र हजारो वर्षांपासून चालू आहे आणि या पुढेही चालत चाहणार आहे. जगाचा अंत केव्हाही होणार नाही. अंत होणार फक्त जन्माला येणाऱ्या प्रत्येक सजीव प्राण्यांचा! त्यामुळे आपण मानव म्हणून जन्माला आलो व तो जन्म आपण सार्थ केला. आपण स्वतःला समजून घेणे महत्त्वाचे आहे. आपण आपल्या जीवनात चांगले कर्म करावे आणि चांगले कर्म करण्यासाठी आपला जन्म झाला आहे, याची जाणीव ठेवणे अतिशय महत्त्वाचे आहे.

जन्माला आलेल्या मानवाने सामान्य जीवन भरभरून जगण्याचा प्रयत्न करावा. परमेश्वराला शोधण्यासाठी म्हणून कुणी साधू बनून तपस्या करतात. खरे तसे करण्याची गरजच नाही. सामान्य जीवन जगताना प्रत्येकाने आपल्या गरजा पूर्ण करा. आपल्या गरजा पूर्ण न करता तपस्या करत राहण्याने पुण्य मिळत नाही. उलट परमेश्वराने दिलेल्या भावनिक शक्तीला कुजवत ठेवल्यासारखे होईल, त्यामुळे स्वतःने स्वतःवर केलेला अन्याय होईल व त्याचे रूपांतर पाप या संकल्पनेत होऊन त्यात वाढ होत राहील. आपल्या नियमित जीवनात साधना व परमात्मा

पूजा थोड्या वेळासाठी नियमित ठेवा. स्वत:ला कमी समजू नका. परमेश्वराने दिलेल्या मानवी जीवनाचा आनंद घ्या. आपल्या आचरणात कार्य, कर्तव्य आणि नीती यांना महत्त्वाचे स्थान द्या. तुमचे जीवन यशस्वी होईल.

धर्म ही संकल्पना मानवाने निर्माण केली आहे. प्रत्येक धार्मिक तत्त्व मानवाने मानवासारखे राहावे हे सांगते. धर्माच्या नावाखाली अधर्म करू नका. परमेश्वराने दिलेला जो धर्म आहे त्याचे नाव आहे 'मानवधर्म'. या धर्माचे पालन करा. उच्च-नीच असा भेद करू नका. स्वतःचे काम स्वतः करा. कोणालाही गुलाम बनवू नका किंवा इतरांवर गुलामी लादू नका. आपण स्वतः आपलेच देव आहोत. आपणच आपले सैतान आहोत. धर्माचा बाजार मांडू नका.

परमात्मा जगातील प्रत्येक व्यक्ती आणि त्यांच्या समूहाबाबत विचार करून आपला निर्णय ठरवतात.

१) युरोप खंडातील देशांनी गरीब-आफ्रिकन लोकांना सक्तीने गुलाम बनवले. यात त्यांचा स्वार्थ त्या जन्मापुरता मर्यादित राहिला. परमात्म्यांनी पुढच्या जन्मात त्यांना आफ्रिकन देशात जन्म दिला. गेल्या जन्मात गुलाम करणारे पुढच्या जन्मात गुलाम झाले.

२) भारत देशात वर्णव्यवस्था निर्माण केली. त्यासाठी देवाच्या नावाची मदत घेतली. ब्राह्मण, क्षत्रिय, वैश्य, शूद्र अशी चातुर्वर्ण्य समाजव्यवस्था निर्माण केली. परमात्म्यांनी वाल्मिकी ऋषींना गुरुमंडलात महत्त्वाचे स्थान दिले आणि त्यांना काम दिले. वाल्मिकी ऋषींनी नियोजन केले. पुढच्या जन्मात ब्राह्मण, शूद्र जातीत आणि शूद्र ब्राह्मण जातीत जन्माला झालेल्या घालण्यास सुरुवात केली. क्षत्रिय व वैश्य यांना कर्माप्रमाणे जात ठरवून जन्म दिला. हे पाच हजार वर्षांपासून चालत राहिले आहे.

३) समाजाला चातुवर्ण्य व्यवस्थेतून बाहेर काढण्यासाठी परमेश्वराने दोन पवित्र आत्म्यांना जन्माला घातले. ते पवित्र आत्मे म्हणजे भगवान गौतम बुद्ध आणि भगवान महावीर! दोघांनीही अहिंसेवर आधारित धर्माची स्थापना केली. बौद्ध धर्माचा प्रसार भारतालगतच्या देशात झाला. बुद्धांनी अनेक शिष्य निर्माण केले. त्यामुळे वर्णव्यवस्था नष्ट झाली. पुन्हा ११ व्या शतकापासून वर्णव्यवस्था लागू करण्यासाठी प्रयत्न झाले आणि त्यात ते यशस्वी झाले.

४) बुद्धाच्या काळातील एक पवित्र आत्मा धारण केलेला शिष्य पुन्हा जन्माला घातला. त्याने ख्रिश्चन धर्माची स्थापना आणि परमेश्वराच्या आज्ञेने या धर्माचा प्रसार केला. याला आज २१०० वर्षे पूर्ण झाली आहेत. तो पवित्र आत्मा म्हणजे

५) त्यानंतर परमात्म्याने आपला पवित्र आत्माधारी दूत पाठवला. एका मेंढपाळाच्या शरीरात त्याने प्रवेश केला. इस्लाम धर्माची स्थापना केली. त्यामुळे अत्याचारी भागात शांती व अमन निर्माण झाला. देवदूताचे नाव झिब्राईल. यांनी अरबी भाषेत ज्ञान दिले.

६) बुद्धांना बुद्धत्त्व तरुण वयात मिळाले, मात्र येशू ख्रिस्तांना ख्रिस्तत्व आयुष्याच्या अंतिम क्षणी मिळाले.

७) देवदूत झिब्राईल महंमद पैगंबराच्या शरीरातून निघून गेला आणि महंमद पैगंबरांना पैगंबरत्व प्राप्त झाले. हे पैगंबरत्व महंमद पैगंबर यांना मृत्यूपूर्वी काही तास अगोदर प्राप्त झाहे. हे सर्व परमात्मा करतो. त्याला शरण जा. या जन्मातील व्यथा कमी होतील हाच संदेश त्यांनी जगाला दिला.

♦♦♦

जीवनप्रक्रिया प्रमुख आणि कार्यकारी सदस्य

विश्व निर्माता	परमात्मा
स्थिर सदस्य	गौतम बुद्ध
स्थिर सदस्य	ओशो आचार्य रजनीश
स्थिर सदस्य	जिसिस ख्रिस्त
स्थिर सदस्य	ॲलेक्स ऑर्बिटो
स्थिर सदस्य	श्रीमती ॲलेक्स बीटीशाईन
अस्थिर सदस्य	सहापैकी एक आवश्यकतेनुसार
अस्थायी सदस्य	शेक्सपियर (इंग्लड), अबु बक्र ईस्लामी (सौदे अरेबिया), राणी पद्मावती (भारत) डेव्हिड ल्यू (इस्त्राईल) वाल्मिकी ऋषी (प्राचीन भारत) भगवान महावीर (मध्ययुगीन भारत)

हे सर्व पृथ्वीवर जन्म घेतलेले व जिवित असलेले देवदूत.
पुनः जन्मासाठी मदत.

गुरुमंडल निवास

प्रक्रिया नियोजित नवीन जन्माची

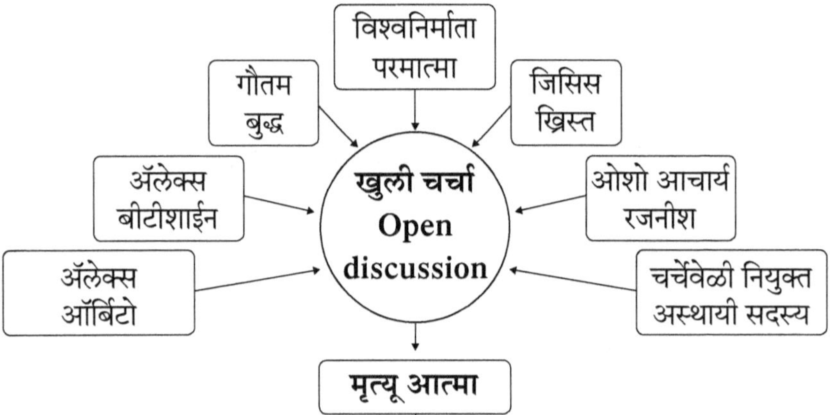

निर्णय

justice having no error

पुनर्जन्म प्रक्रिया

ॲस्ट्रल बॉडी

पृथ्वीवरील तीनपैकी एका मातेची निवड

पहिली माता | दुसरी माता | तिसरी माता

मातेची निवड निश्चिती

पृथ्वीवरील विज्ञान सुरू - Biology

वडील (xy) क्रोमोझोम्स आई (xx)

गर्भधारणा

xy क्रोमोझोम्स
मुलगा

xx क्रोमोझोम्स
मुलगी

नवीन जन्म वर्तमान स्थिती

ऋषी वाल्मिकी

प्रस्तावना

वाल्मिकी ऋषींच्या बाबतीत निश्चित काळ कोणता, त्यांचे अस्तित्व कसे आणि कधी राहिले, याबाबत वेगवेगळ्या पुस्तकांत वेगवेगळी माहिती आढळते. वाल्मिकी रामायण निश्चित माहिती देऊ शकत नाही. या सर्व माहितीच्या आधारे ऋषी वाल्मिकी त्रेतायुगात जन्माला आले असावेत आणि तो कालावधी पाच हजार वर्षांचा असावा, या निष्कर्षापर्यंत येता येईल. त्यांच्याविषयी उपलब्ध पुस्तक जातककथा काळातील असल्याने त्यांचा काल बुद्धानंतरचा असावा, असा अंदाज आहे. समजून घेऊ त्यांच्याच तोंडून...

मी वाल्मिकी ऋषी बोलतोय, माझा जन्म सध्याच्या महाराष्ट्र राज्यात पाच हजार वर्षांपूर्वी झाला. मी जातीने कोळी समाजात मोडतो. पूर्वीच्या काळी कोळी समाज क्षत्रिय वर्गाचा एक भाग होता. मी एक दरोडेखोर होतो. लूटमार हा माझा व्यवसाय होता. मी भरपूर लोकांना ठार मारले. माझे पाप अक्षम्य होते. मात्र दोन भल्या माणसांमुळे मी पापाचे प्रायश्चित करण्याचे ठरविले. त्यासाठी मी १२ वर्षे तपश्चर्या केली. या कालावधीत ऊन, वारा, पाऊस, धूळ यांच्यामुळे माझे शरीराभोवती मातीचे आवरण तयार झाले. महाराष्ट्रात या आवरणास 'वाळवी' म्हणतात, त्या वाळवीचे रूपांतर वारुळात झाले. त्यामुळे मी वाल्या कोळीचा वाल्मीकी बनलो. माझ्या तपश्चर्येने मला ज्ञानप्राप्ती झाली आणि मी गुरुमंडलात आलो; परंतु या जन्मातील अपुरे काम पूर्ण करण्यासाठी मला पुन्हा पृथ्वीवर आलो. व गंगा नदीच्या किनारी स्त्री जातीचे आव्हाने आणि त्याची सोडवणूक कशी करता येईल याविषयी चिंतन करून २४००० श्लोकांचे संस्कृत काव्य लिहिले. या काव्याला मी 'रामायण' असे नाव दिले. स्त्रियांबाबतच्या समस्यांची गुंतागुंत लक्षात घेऊन उत्तर रामायण लिहिले. माझे काम पूर्ण करून मी स्वर्गात आलो. मात्र माझ्या समाजावर पृथ्वीवर अन्याय सुरू झाला. त्या समाजात अत्यंत हीन काम देऊन गुलाम बनवले म्हणून परमात्यांनी मला गुरुमंडलात बोलावून घेतले आणि तुमच्या समाजाचा प्रश्न तुम्ही सोडवा, असे आवाहन केले. तेव्हापासून मी फक्त एकच काम करीत आहे. माझ्या समाजातील व्यक्तीला पुढच्या जन्मात उच्चवर्णीय कुटुंबात जन्म देणे आणि अन्यायी उच्चवर्णीयांना त्यांच्या पुढच्या जन्मात वाल्मिकी कुटुंबात जन्म देणे ही प्रक्रिया गेली पाच हजार वर्षे मी करीत आलो आहे. मी लिहिलेल्या रामायण ग्रंथातील समाजवर्णन वास्तविक असले तरी या ग्रंथातील पात्रे आणि कथारूप काल्पनिक आहे; परंतु सध्याचे लोक 'पवित्र ग्रंथ' म्हणून त्याचे पूजन करतात.

यातच मला समाधान आहे. माझा जन्म भारतात झाला म्हणून मी भारतीय आहे. मात्र स्वर्गात गुरुमंडल ात वाल्मिकी समाजाला गुलाम बनवणारे जे लोक होते, त्यांच्यासारखेच लोक इतर देशात आढळतात. म्हणून मी त्यांनाही तीच शिक्षा देत आहे. माझे जीवन सार्थक झाले. मला पाप, पुण्य, सत्य, असत्य समजले आणि तसे आचरण केले म्हणून गुरुमंडलात मला मानाचे स्थान मिळाले असावे.

राणी पद्मावती

मूळ नाव राणी पद्मिनी

मी राणी पद्मावती बोलतेय. माझे मूळ नाव पद्मिनी. भारतीय संस्कृतीमध्ये समाजात स्त्रीचे महत्त्व सांगताना महर्षी वाल्मिकी ऋषींनी एक काव्य लिहिले, त्याला 'रामायण' असे नाव दिले. रामायणात एका स्त्रीचे पातिव्रत्य याचे वर्णन आढळेल. ती स्त्री माता सीता या नावाने ओळखली जाते. एकपत्नी आणि एकवचनी राजा 'राम' याचा उल्लेख केला आहे. मी जिवंत असताना माता सीतेची भक्त होते. अगदी सीतेप्रमाणे मी राहिले म्हणून भारतीय इतिहासात माझे नाव अजरामर झाले आणि मी भारतीयांची प्रेरणास्थान बनले.

जी स्त्री फक्त आपल्या पतीबरोबरच आयुष्यभर शैय्यासोबत करते त्या स्त्रीलाच म्हणून 'सौभाग्यवती' असे म्हटले जाते. पतीच्या अगोदर मृत्यूला सामोरी जाते, त्या स्त्रीस अखंड सौभाग्यवती म्हणतात. मी राणी असल्याचा कधी गर्व केला नाही. मी माझे आयुष्य सामान्य स्त्रीप्रमाणे काढले. जी माझी कामे स्वतः करीत होते. मी दासीकडून सेवा करून घेतली नाही.

मी अतिशय सुंदर स्त्री आहे, हे मला आयुष्याच्या शेवटी समजले. एक राक्षस अल्लाउद्दीन खिलजी हा माझा चेहरा पाहण्यासाठी उतावीळ झाला होता. त्यावेळी मला कळले की, फुलासारखी सुंदर आहे. मी एक हिंदू राजाची पत्नी होते आणि माझा पत्नीधर्म पूर्णपणे पाळला. मला मिळविण्यासाठी माझ्या राज्यावर आक्रमण होते, हे मला मान्य नव्हते. रजपूत पुरुष आणि स्त्रिया शेवटच्या क्षणापर्यंत लढत राहतात. जर स्वतः विजयी होत नसेल, तर पराभव स्वीकारतात, मात्र दुसऱ्याला विजयीही होऊ देत नाहीत. अल्लाउद्दीनबरोबर माझे पती माझे सैनिक लढलेत, मात्र मी त्याला विजयी होऊ दिले नाही. मी माझा प्राण त्याग केला, जोहर केला; परंतु शत्रूचा हेतू साध्य होऊ दिला नाही आणि म्हणूनच माझे नाव भारतीय संस्कृतीत रामायणातील सीतेनंतर तेराव्या शतकातील पद्मावतीचे नाव अमर झाले. मी भारतीय स्त्रीचे प्रेरणास्थान बनले. अल्लाउद्दीन खिलजीला याच गुरुमंडल ात

माननीय गुरु महर्षी वाल्मिकी यांनी मोठी शिक्षा दिली. सन १३०३ मध्ये मला आत्मदहन करावे लागले. भारतीय स्त्रीला पातिव्रत्याबाबत वेगळी शिकवणूक देण्याची गरज नाही. ते आपोआप त्यांच्यामध्ये निर्माण होते. माझ्यावर वाईट नजर ठेवणारा रंधवा याला भारतीय समाजात कारस्थानी पुरुष म्हणून ओळखले जाते. माझ्या आत्मदहनामागील कारण आणि त्याचा समाजावर पडलेल्या परिणामामुळे मला गुरुमंडलात स्थान मिळाले असावे. मी फक्त बालब्रम्हचारी साध्वी हिचे पातिव्रत्य पाहण्यासाठी गुरुमंडलात आहे. अशा साध्वीची भोगशक्ती दाबून ठेवली किंवा निष्क्रिय ठेवली याची माहिती गुरुमंडलात सादर करते.

सर विल्यम शेक्सपिअर

मी विल्यम शेक्सपिअर बोलतोय. माझा जन्म दि. २३ एप्रिल १५६४ रोजी झाला. मी इंग्लड देशातील स्ट्रॅटफोर्ट अपॉन इव्हान येथील राहणारा. मी युरोप खंडातील सर्वसामान्य म्हणजे मोलकरीणीपासून श्रीमंत, अतिश्रीमंत तसेच राज्यकर्ते राजा व राणी यांचा जवळून अभ्यास केला व त्याचे वास्तवदर्शन मी लेखन केलेल्या नाटकातून लोकांसमोर मांडले. मी माझ्या साहित्यात ऑथेल्लो किंग लियर आणि इतर ३५ इतर साहित्यांचे लेखन केले. काव्य, भक्तिगीते तसेच अनेक नाटके लिहिली आणि त्या नाटकामध्ये अभिनयसुद्धा केलेला आहे. माझी नाटकाची कारकिर्द इ. स.१५८५ पासून सुरू झाली. नाट्यसंस्था निर्माण करून नाटकाला मनोरंजनाचे स्थान निर्माण करीत व्यक्तिकेंद्रित नाट्य प्रकार निर्माण केला. मी विनोदी नाटके, ऐतिहासिक नाटके लिहिली. एकूण ३८ नाटके, १५४ सुनीते, दोन दीर्घ कविता आणि काही स्फुटलेखनही केलेले आहे.

अनेक जाणकारांनी केलेल्या विश्लेषणानुसार नाट्य प्रकारातील केलेले लेखन साहित्यविश्वातील नाटक या लेखनप्रकारातील पहिली सुरुवात आहे, किंबहुना मी लेखन करताना नाटक हा प्रकार जगात प्रथमच उदयास आणला असे सांगितले जाते मी नाटक हा लेखनप्रकार हाताळताना मानवाच्या तीन अवस्थांचा प्रथम विचार केला. बालपण, तारुण्यपण व म्हातारपण आणि त्यातच अंत. म्हणून नाटक तीन अंकात विभागले. मी माझ्या लेखनात जीवन प्रवासातील वेगवेगळी वळणे आणण्याचा प्रयत्न केला; जगात असणारी शास्त्रे यांना जोडण्याचा प्रयत्न केला आहे. मानसशास्त्र, अर्थशास्त्र, भूगोल, गणित, विज्ञान सृष्टी व सृष्टीचे रहस्य, इतिहास, कथा, प्रेमकथा वास्तव कथा म्हणून मांडल्या आहेत. युरोप खंडातील हवामान, मानवी जीवन, हव्यास, सार्थकता यांना जोडण्याचा प्रयोग केला. देव,

धर्म आणि भक्ती काव्यरूपात मांडण्याचा प्रयोग केला. पाप व पुण्य यांच्यातील संघर्ष मानवी जीवनात कोठेपर्यंत पोहचतो हे दाखवण्याचा प्रयत्न केला आहे. सत्य व असत्य यातून असत्यावर सत्याचा कसा विजय होतो. सामान्य लोकांना, निरक्षर-लोकांना, गरीबांना, मध्यमवर्गीयांना, श्रीमंतांना समजावण्याचा प्रयत्न केला आहे. विनोदातून सुखाचा शोध घेण्याचा विचार मांडला आहे. आत्मा आणि आत्मचिंतन हे नवीन प्रकार लोकांपर्यंत पोहोचवण्याचा प्रयत्न केला आहे. धर्मशास्त्र व त्याचे जतन आणि त्यातील नियमांचे अनुकरण कसे करावे, यासाठी लेखन केले. दि. २३ डिसेंबर १६१६ रोजी माझा मृत्यू झाला. त्यानंतर मला गुरुमंडळात स्थान मिळाले. कदाचित या जन्मात मी केलेली साहित्यसेवा परमात्म्यांना आवडली असावी म्हणून गुरुमंडलात मला स्थान मिळाले असावे.

अबु बक्र ईस्लामी

मी अबु बक्र ईस्लामी बोलतोय. मी सौदी अरेबिया देशातील असून माझा जन्म २७ ऑक्टोबर ०५७३ रोजी झाला. मी महंमद पैगंबर यांचा शिष्य होय. पैगंबराना अल्लाहाकडून एक संदेश आला. त्या संदेशाचे मी लेखन केले व पवित्र 'कुराण-ए-शरीफ' ग्रंथ तयार झाला. संदेश देणारे देवदूत अल्लाहकडून संदेश घेऊन आले होते. या देवदूतास झिब्राईल हे नाव देण्यात आले. अल्लाह म्हणजेच परमात्मा हे मृत्यूनंतर समजले. पैगंबरानी नंतर देवदूताच्या आज्ञेप्रमाणे समाजाची अल्लाहबाबतची माहिती देत असताना अल्लाह यांना प्रसन्न करण्यासाठी प्रार्थना, साधना करण्यास सुरुवात केली. पैगंबरांनी अनेक नियम, प्रबोधन समाजकल्याणासाठी केले. मात्र त्यांना ज्ञानप्राप्ती झाल्यानंतर ११ दिवसांत मृत्यूने गाठले. मात्र त्या ज्ञानाचा आशीर्वाद पैगंबरानी मला दिला आणि ते अमर झाले. इसवी सन ६३२ मध्ये मी इस्लाम धर्माचा प्रथम धर्मगुरू बनलो. अरेबियन भाषेत खलिफा असे म्हणतात.

महंमद पैगंबर यांनी इस्लाम धर्माची स्थापना इ. स. ६१० मध्ये केली आणि धर्माचा प्रसार, प्रचार, प्रबोधन पैगंबरानी इ. स. ६१० ते ६३२ पर्यंत केले. पैगंबरांच्या मृत्यूनंतर मी प्रथम खलिफा बनलो व त्याचबरोबर मी प्रत्येक प्रार्थना स्थळावर धर्मगुरू म्हणून मौलवी यांची नियुक्ती केली. माझा मृत्यू इ. स. २३ ऑगस्ट ६३४ रोजी झाला.

माझे कार्य फक्त इ. स. ६३२ ते इ.स ६३४ इतकेच झाले आणि माझ्या मृत्यूनंतर मूळ धर्मग्रंथ 'कुराण-ए-शरीफ' याला बगल देऊन अनेक कायदे केले आणि

त्यातील तफावतीमुळे बरेचसे इस्लाम धर्माचे अनुयायी गुरुमंडलात येण्यापासून अलिप्त राहिले. ज्यांनी कुराणाप्रमाणे प्रार्थना, साधना केली. त्यांना गुरुमंडलात प्रवेश मिळून स्वर्गात राहता येण्यास मदत झाली. माझ्यानंतरच्या लोकांनी स्वर्ग म्हणजे जन्नत असे वर्णन केले. नरक म्हणजे जहन्नुम असे वर्णन केले. स्वर्गसुख म्हणजे स्त्रीसुख असे वर्णन केले. त्यामुळे त्यांना समजावून सांगण्यासाठी अनेक पवित्र आत्म्यांनी इस्लाम धर्मात जन्म घेतला. स्त्रीसुख म्हणजे स्वर्गसुख वा जन्नत नाही. स्वर्गसुख त्याहून वेगळे असते, ते समजावून सांगितले. जहन्नुम ही संकल्पना बरोबर असून त्याच्या यातना या जन्मातच सोसाव्या लागतात हे मौलवीकडून सांगण्यात आले.

मी जिवंत असताना गुहेत बसून 'कुराण-ए शरीफ' या ग्रंथाच्या प्रती लिहून काढल्या. प्रत्यक्षात मी हा मी नाही तर प्रेषित महंमद पैगंबर आहेत. त्यांच्या मृत्यूनंतर माझी ॲस्ट्रल बॉडी निघून गेली व त्यांची (प्रेषितांची) ॲस्ट्रल बॉडी माझ्या शरीरात आली. याचा अर्थ मी म्हणजेच महंमद पैगंबर आहे व त्याचा साथीदार मीच असून प्रथम खलिफा असल्यामुळे हा माझा आत्मा पवित्र आत्मा झाला व गुरुमंडलात आलो.

डेव्हिड ल्यू

मी डेव्हिड ल्यू बोलतोय. माझे पूर्ण नाव डेव्हिड बरुच ल्यू असून माझा जन्म १३ जानेवारी १९६६ रोजी झाला. सध्या मी इस्त्राईल देशात राहत असून, चिफ रब्बी अश्केनाझी पदावर कार्यरत आहे. धर्म तत्त्वज्ञान याचे प्रबोधन करतोय. मी कमी बोलतो व ध्यान जास्त करतो. मला आता जिवंतपणी हे माहीत नाही की, मला गुरुमंडलात स्थान परमात्म्याने दिले आहे. मी केव्हा गुरुमंडलात जातो आणि केव्हा पृथ्वीवर परत येतो, हे मला माहीत नाही. जगात फक्त दोनच भूमी या देवभूमी आहेत हे मला माहित आहे. एक तिबेट व दुसरी इस्त्राईल या आहेत. या भूमीत देवदूताचे वास्तव्य आहे. याची मला कल्पना आहे. मी ध्यानस्थ बसतो, तेव्हा लगेच मला ध्यान लागते. यासाठी मला देवदूतांची मदत होते. इस्त्राईलमध्ये जेरुसलेम जवळच्या १६ एकर जागेत देवदूतांचे वास्तव्य आहे.

मला संपूर्ण ज्ञानप्राप्ती झाली नाही किंवा ज्ञानप्राप्ती होणार आहे याची कल्पना नाही. माझ्या शरीरातील काही शोधशक्ती जागृत झाल्या असाव्यात असे मला वाटते. मात्र किती शोधशक्ती जागृत झाल्या, त्याचा किती फायदा आणि त्याचा कोणाला फायदा झाला हेही मला माहीत नाही. माझ्याजवळ येणारी व्यक्ती

माझ्याशी त्यांच्या समस्याबाबत चर्चा करतात व समाधानाने निघून जातात, याची मला प्रचिती आहे. मी माझ्या प्रबोधनात धर्मनियमातून समाजात प्रेम, सद्‌भावना, मदत, अहिंसा यांना महत्त्व दिले. शिवाय न्याय देताना अन्याय सहन करण्याचा कोणालाही सल्ला दिला नाही. सत्य व असत्य यातील संघर्ष लोकांना समजावून सांगितला. कर्म स्वतःसाठी कराच. त्या कर्माने समाजाला कसा फायदा होईल, ज्ञान कसे मिळेल मिळेल आणि समाजाचा वैज्ञानिक दृष्टीकोन वाढेल, याकडे लक्ष दिले. पोपचे प्रवचन प्रमाण मानू नये. त्यातील वैज्ञानिक व सामाजिक दृष्टिकोन लक्षात घेऊन त्याप्रमाणे वागावे. याची माहिती दिली. धर्माबाबत श्रद्धा असावी मात्र अंधश्रद्धा नसावी. हे आवर्जून लोकांना सांगितले, सांगत आहे व यापुढे सांगत राहीन. व्यथा आणि व्यवस्था दोन शब्द वेगळ्या अर्थाने वापरले जातात. हे प्रत्येक व्यक्तीने समजून घ्यावे. सतत ज्ञान मिळवण्याचा प्रयत्न करा. ज्ञान अफाट आहे. त्याचे मोजमाप करता येणार नाही. यातील कोणती गोष्ट परमात्म्यांना आवडली मला माहीत नाही; परंतु मला गुरुमंडलात मला स्थान मिळाले.

भगवान महावीर

मी वर्धमान महावीर बोलतोय. माझा जन्म कुंदनपूर वैशाली येथील इ. स. पूर्व ५९९. जैन धर्माचा चोविसावा तीर्थकर आहे. माझे सर्व अनुयायी माझ्या शिकवणुकीप्रमाणे आचरण करतात. मी जन्म घेऊन सृष्टीच्या नियमाप्रमाणे विवाह केला, अपत्य जन्माला घातले आणि त्यानंतर मी जैन धर्माचे पुनरुत्थान केले. पूर्व वैदिक काळातील पूर्वीच्या तीर्थकारांच्या आध्यात्मिक, दार्शनिक आणि नैतिक शिकवणींचा विस्तार केला. दुःख कमी करण्याचा मार्ग शोधण्यासाठी मी तपश्चर्या केली. जंगलात १२ वर्षे तपश्चर्या करून ज्ञानप्राप्ती केली. अर्धमागधी भाषेतून ग्रंथ तयार केला.

माझ्या विचारात त्रिरत्नांना मी महत्त्व दिले. सम्यक श्रद्धा, सम्यक ज्ञान, सम्यक आचरण, या शिवाय माझ्या अनुयायांना पंचमहाव्रताची शिकवण दिली. अहिंसा, सत्य, अस्तेय, अपरिग्रह आणि क्षमा. देव आणि आत्मा यांचे दर्शन देता येत नाही म्हणून विश्वास ठेवू नये, असा उपदेश केला. माझी शिकवण व्यक्तिनिष्ठ आहे, विज्ञाननिष्ठ आहे. मी प्रवचनासाठी जात असताना जंगलात एका वृक्षाला अडकून माझ्या अंगावरील वस्त्रे माझ्यापासून अलग झाली. त्या दिवसापासून माझ्या अंतिम क्षणापर्यंत विवस्त्र राहिलो.

मी माझ्या शिकवणीतून लोकांना अंधाश्रद्धेपासून दूर ठेवले. कर्मकांड,

पौराहित्य मंदिर आणि देव (दगडाची मूर्ती) यांना स्थान दिले नाही. मूर्तीमध्ये दैवत्व नाही, हे सिद्ध करून दाखविले. अहिंसेला महत्त्व दिले त्यामुळे यज्ञ व नरबळी प्रथा बंद पडली. स्वतःवर विश्वास ठेवा. सत्य स्वतःसमोर आल्याशिवाय विश्वास ठेवावयाचा नाही व स्वतः सत्य बोलावे, चोरी, लुबाडणूक करू नये. आवश्यकतेपेक्षा संपत्ती संचय करू नये व अपराध्याने अपराध मान्य केला व अपराध करणार नाही, याची ग्वाही दिल्यास क्षमा करावी, ही शिकवण दिली, श्रद्धा, ज्ञान आणि आचरण यांना महत्त्वाचे स्थान दिले. त्यामुळे लोक व्यक्तिनिष्ठ बनले. इ.स. पूर्व ६०० वर्षे अगोदर यज्ञप्रथा बंद झाल्यामुळे अनेक नरबळी थांबले आणि समाजात अहिंसेचे तत्त्व रुजू झाले. 'कर्म' ही संकल्पना लोकांत रुजवल्यामुळे, पाप व पुण्य याची माहिती आपल्या कर्मातून लोकांना समजू लागली. माझे कार्य, मार्गदर्शन, उपदेश समाजपयोगी होते म्हणून मला गुरुमंडलात स्थान मिळाले असावे.

बाल ब्रह्मचारी

गुरुच्या विचाराने किंवा कुटुबांतील लोकांच्या इच्छेने बाळाला बाल ब्रह्मचारी केले जाते. ते बाळ गुरुच्या आज्ञेप्रमाणे वयाच्या २४ वर्षांपर्यंत वागते. अध्यात्म, ध्यान-धारणा करते, उपासना करते, वयाच्या चोविसाव्या वर्षी तो साधक पूर्ण पुरुष किंवा ती साध्वी पूर्ण स्त्री बनलेली असते. बालब्रह्मचारी व्रतामुळे साधक आणि साध्वी पुरुषत्वावर व स्त्रीत्वावर नियंत्रण ठेवण्याचा पूर्ण प्रयत्न करते. यासाठी साधक इतर स्त्रीपासून दूर राहण्याचा प्रयत्न करतो. एव्हाना स्त्री-स्पर्श अमान्य करतो. हीच बाब स्त्री साध्वीबाबत होते.

हे ब्रह्मचारी लोक निसर्ग नियमाच्या विरुद्ध आपले शरीर सांभाळण्याचा प्रयत्न करतात. अनेक वर्षे पुरुषत्त्व आणि स्त्रीत्व शरीरात दाबून ठेवतात. आता अध्यात्मावरील एकाग्रता कमी होते आणि शरीरात भोगशक्ती आपोआप वाढते. यांचे मन विद्रोही बनते. हा विद्रोह शरीराच्या अंतर्गत भागात अधिक वाढतो व एके दिवशी त्याचा स्फोट होतो. भावनेला आवर घालणे अवघड होते, असे बरेच दिवस चालते व काळानुसार व वयोमानानुसार भोगशक्ती कमी होते व त्यानंतर ध्यान आणि अध्यात्म सुरू होते. या अवस्थेत साधकाला स्त्रीस्पर्श झाल्यास त्याची भावनिक ऊर्जा बाहेर पडते. तेच साध्वीबाबत घडते. परपुरुषाचा स्पर्श तिच्या भावनिक उर्जेला थांबवू शकत नाही. यामुळे ती स्त्री संतापते, रागावते. तिच्या रागातून डोळ्यामार्फत अधूरूपाने ऊर्जा बाहेर पडते.

हे सर्व परमात्म्याला अमान्य असते. त्यामुळे त्या साधूला किंवा साध्वीला परमात्मा दर्शन किंवा ज्ञान प्राप्ती होत नाही. भावनिक शक्ती दडपल्यामुळे इतर शोधशक्ती जागृत होत नाहीत. त्यामुळे त्या बालब्रह्मचाऱ्याचे वर्तमान आयुष्य वाया जाते मात्र त्यांच्या भक्तांना त्यांच्या उपदेशाचा फायदा होतो. मात्र हे साधू, संत, साध्वी आयुष्याच्या अंतिम क्षणी देह त्यागून परमात्म्याच्या दर्शनासाठी जातात. वर्तमान देहाला त्यांच्याकडून पापही होत नाही व पुण्यही होत नाही. त्यामुळे त्याच्या पारदर्शक शरीराला घेऊन जाण्यासाठी देवदूत येत नाहीत. त्यांना स्वतःहून देहत्याग करून परमात्मा भेटीसाठी जावे लागते.

भारतात अशा साधू-संतानी संख्या अधिक आहे. त्यांच्या पोषाखावरून ते संत आहेत ही ओळख, बाकी त्यांच्याकडे काही नसते. ना त्यांना दिव्यशक्ती मिळते ना त्यांच्याकडे अध्यात्म ज्ञान राहते. ते आयुष्य वाया घालवणारे संत होय. या लेखनावरून बालब्रह्मचारी राहणे किंवा न राहणे त्यांनी ठरवावे. त्याना मोक्ष प्राप्त होत नाही. तसेच काही साधू समोरच्या व्यक्तीच्या मनातील विचार ओळखतात, असे भासवतात. मात्र ही विद्या नसून जादू आहे, हे वाचकांना माहीत असणे आवश्यक आहे. जेव्हा आपल्या किमान ६० शोधशक्ती जागृत होतात, तेव्हा अल्प प्रमाणात ज्ञान प्राप्त झाले, असे समजावे.

भगवी वस्त्रे परिधान करणारा व राजकारणात येणारा साधू हा भोंदू साधू समजावा. त्यांच्याकडे कोणत्याही प्रकारचे ज्ञान नसते. तो सामान्य मनुष्य असतो. या साधू, संत किंवा योगी यांच्यासाठी रामजोशी यांच्या काव्यपंक्ती खास वाचकांसाठी -

भला जन्म हा तुला लाभला, खुलास हृदयी बुधा
धरिशी कसे तू हरिच सेवक सुधा
हटातटाने पटा रंगवुनि जटा धरिशी का शीरी ।
मठाची उठाठेव का करी ॥
नकोस भूलवू तया जणांना जे आले तुझिया दारी ।
हिशेब चुकता पुरा होईल देवा दरबारी ॥

◆◆◆

जगातील बुद्धिमान व आध्यात्मिक गुरू

भारतीय साधू, संत, मठपती

भारतात भक्तीमार्ग, प्रार्थना, श्लोक, पूजा तसेच यज्ञ या प्रथा प्राचीन काळापासून सुरू आहेत. हिंदू धर्मपरंपरेनुसार येथील प्रत्येक व्यक्ती ही आश्रम व्यवस्थेचा भाग असून वयानुसार तिचा एका आश्रमातून दुसऱ्या आश्रमात समावेश होतो. ही आश्रमव्यवस्था चार टप्प्यांत विभागली आहे. ब्रह्मचर्याश्रम, गृहस्थाश्रम, वानप्रस्थाश्रम, संन्यासाश्रम. संन्यासाश्रमात व्यक्ती, देव साधना व मोक्ष साधना करत असे व त्यांचे फलितही त्यांना मिळत असे. हळूहळू या प्रथा बंद पडल्या व नवीन संन्यासी वर्ग उदयास आला. हा वर्ग ज्ञानसाधना, साधना, तपश्चर्या, भक्ती साधना करू लागला. त्यामुळे भारतात संन्यासी लोकांचे महत्त्व वाढले. यातूनच भोंदू साधू उदयास आले. ते आजही त्यांचे प्रस्थ वाढताना दिसत आहे. या भोंदूसाधूंचे भक्तही वाढले.

भारतीय लोकांची प्रवृत्ती अशी आहे की, जवळच्या मार्गाने आपले काम करून घ्यायचे म्हणजे शॉर्टकट मेथड वापरायची. या जवळच्या मार्गाने देवदर्शन होत नाही. परमेश्वर प्रसन्न होत नाही हे माहीत असूनही त्या मार्गाने लोक जातात. यालाच अंधश्रद्धा असे म्हणतात. देवाला प्रसन्न करून घेण्यासाठी देवाच्या पुजाऱ्यामार्फत देव प्रसन्न करून घेण्याचा प्रयत्न करणे, पुजाऱ्याला काही रकमेची लाच देऊन देवपूजा करून घेणे, पूजाऱ्याच्या मदतीने लक्ष्मी-नारायणाची पूजा घालणे, एक मंगल विधी करून घेणे, देव्हाऱ्यात दगडाची देवाची मूर्ती बसवून घेणे व त्या

मूर्तीच्या पूजेसाठी पुन्हा पुजाऱ्याला लाच देऊन बोलावणे, हे परमेश्वराला अमान्य आहे. मंदिरातील दानपेटीत रक्कम टाकणे, परमेश्वराला भीक दिल्यासारखे होते. आपल्याकडील अवैध पैसा मंदिरास दान देणे, सोने, दागिने मंदिरात दान करणे याला परमेश्वर दरबारी 'पाप' म्हणून संबोधले जाते.

मठात बसलेला साधू-संत फक्त भगव्या पोषाखाने साधू असतो. त्याला परमेश्वर प्रसन्न झाला असे समजणे म्हणजे अंधश्रद्धा होय. संत, साधू वारकरी यांचे प्रवचन ऐकावे व आपल्या सद्सद्विवेक बुद्धीला पटेल तेच आत्मसात करावे आणि बाकीचे सोडून द्यावे. याला 'वैज्ञानिक दृष्टिकोन' असे म्हणतात. आता जगात ज्यांनी अध्यात्माने ज्ञान मिळवले, त्यांचा थोडक्यात परिचय करून घेऊ.

१) येशू ख्रिस्त

गेल्या जन्मातील पूर्वज्ञानावर धर्मग्रंथ लिहिला. आयुष्यभर धार्मिक आणि सामाजिक प्रबोधन केले. मात्र त्यांना ज्ञान आयुष्याच्या शेवटच्या क्षणी प्राप्त झाले. हे मिळालेले ज्ञान त्यांनी सांगण्याचा प्रयत्न केला; परंतु त्यात ते अपयशी ठरले. शेवटी परमेश्वराकडे त्यांनी प्रार्थना केली, हे परमेश्वरा, हे मला ठार मारून पाप करतात व त्याची शिक्षा तुम्ही त्यांना देणारच! माझी विनंती आहे की, 'परमेश्वरा, यांना क्षमा करा.'ख्रिस्तांनी संपूर्ण आयुष्य ज्ञान मिळविण्यासाठी खर्च केले, मात्र ज्ञान मरतेवेळी मिळाले. याला 'ख्रिस्तत्त्व' असे म्हणतात.

२) महंमद पैगंबर

सामान्य कुटुंबातील सामान्य पवित्र आत्मा असणारा सामान्य पुरुष! पवित्र आत्मा असल्यामुळे देवदूताचा सरळ शरीर प्रवेश झाला. देवदूताने त्यांच्या तोंडी पवित्र ग्रंथ वाचला गेला. या पवित्र ग्रंथाचे लेखन करवून घेतले. तोच इस्लाम धर्माचा पवित्र ग्रंथ झाला. देवदूताचे कार्य संपल्यावर देवदूत शरीरातून निघून गेला. महंमद पैगंबर सामान्य व्यक्ती बनला गेला. त्यामुळे पैगंबरांनी पुन्हा ज्ञानप्राप्तीसाठी आयुष्यभर साधना केली. पैगंबरांनी स्वतःबरोबर अनुयायांनी ज्ञानप्राप्तीचा मार्ग अवलंबावा, यासाठी दिवसातून पाच वेळा परमेश्वर आराधना करावी (नमाजपठण), वर्षातून एकदा रमजान महिन्यात उपवास करावा (निर्जल उपवास-रोजा), वर्षातून किमान एकदा ज्ञानप्राप्त झालेल्या ठिकाणी परमेश्वराची आराधना करावी (हज यात्रा), गरीब व गरजूंना आपल्या मिळकतीतील किमान रक्कम दान करावी (जकात), परमेश्वर एकच आहे त्याला शरण जावे (अल्लाह), अशी

शिकवण त्यांनी समाजाला दिली. पैगंबरांनी आयुष्यभर परमेश्वराची अल्लाहची साधना केली. मात्र ज्ञानप्राप्ती मृत्यूच्या केवळ काही दिवसाच्या अगोदर झाली. यावेळी त्यांना मिळालेले ज्ञान इतरांना देता येत नव्हते, म्हणून ते ज्ञान आपल्या अनुयायी अबू बक्र इस्लामी याला देण्यासाठी त्यांच्या डोक्यावर हात ठेवून आशीर्वाद दिला आणि तो इस्लाम धर्माचा पहिला खलिफा बनला. या त्यानंतर अबू बक्र इस्लामी यांनी इस्लाम धर्माचे तत्त्वज्ञान आणि धर्माचा प्रसार केला.

यात महत्त्वाची बाब अशी 'अल्लाह' यांच्याकडून ज्ञानप्राप्ती झाल्यानंतर आयुष्यभर साधना केली; परंतु पैगंबर यांना अखेरच्या क्षणी जे ज्ञान मिळाले, त्यामुळे पैगांबरांना 'पैगंबरत्त्व' प्राप्त झाल्याचे सांगितले जाते.

३) भगवान महावीर :

वर्धमान महावीर यांचा जन्म राजघराण्यात झालेला, तरीही राजकीय भोगविलास सोडून त्यांनी वैराग्य पत्करले. निसर्गनियमाचे पालन करणारी, लग्न करून संसार करून अपत्य जन्माला घालून नंतर अध्यात्माचे ज्ञान घेणारी व्यक्ती म्हणजे भगवान महावीर होय. 'अहिंसा परमो धर्मः' या मूलभूत तत्त्वावर तपश्चर्या करणारे भारतातील पहिले 'महामानव' म्हणून महावीरांना ओळखले जाते. एकाच ठिकाणी बसून सतत बारा वर्षे तपश्चर्या करून ज्ञान प्राप्त करणारे पहिले भारतीय. हे आपल्या अनुयांना गेल्या जन्माचासुद्धा अनुभव द्यायचे, जैन धर्मातील तत्त्वांना सामान्य माणसांमध्ये रूजवणारे जैन धर्माचे चोविसावे तीर्थकर म्हणजे भगवान महावीर होय. यात महत्त्वाची बाब म्हणजे सतत १२ वर्षे एकाच ठिकाणी अध्यात्मासाठी बसून एकांतवास पत्करणारे भगवान महावीर आहेत.

४) गौतम बुद्ध :

गौतम बुद्ध हे शाक्य घराण्यातील राजा सिद्धोधन यांचे पुत्र सिद्धार्थ होत. निसर्गनियमानुसार त्यांचा विवाह राजकुमारी यशोधरादेवी बरोबर झाला आणि त्यांचा गृहस्थाश्रमात प्रवेश झाला. दरम्यान त्यांना राहुल नामक पुत्रही जन्मास आला. मात्र समाजातील आणि अखिल संसारातील दुःख आणि त्यामागची कारणमीमांसा याचा शोध घेण्यासाठी त्यांनी राजवैभवाचा त्याग केला आणि तपश्चर्येला बसले. राजकुळातील सिद्धार्थास तपश्चर्या कशी करायची हे शोधण्यासाठी सात वर्षे लागली. आणि तपश्चर्येचा मार्ग सापडल्यानंतर बिहार या राज्यात बोधिवृक्षाखाली अखंड तपश्चर्या करण्यास बसले. ज्ञानप्राप्ती होईपर्यंत त्या जागेवरून तपश्चर्येतील

समाधी अवस्थेतून उठले नाही. ४९ व्या दिवशी ज्ञानप्राप्ती व परमात्मा दर्शन झाले. जगातील पहिला भारतीय ज्यांनी ४९ दिवसांमध्ये ज्ञान प्राप्ती केली व त्या ज्ञानाचा उपयोग समाजासाठी केला. बौद्ध धर्माची स्थापना करून अनुयायांना ज्ञानार्जन तर केले; पण परमात्मा दर्शनासाठी प्रोत्साहित केले. तरुण वयात ज्ञानप्राप्ती झाल्यामुळे त्यांनी अनेक संशोधन केले. जगात प्रथम हिलींग सर्जरीचा आरंभ त्यांनी केला आणि त्याचे ज्ञान आपल्या शिष्यांना दिले. बौद्ध भिक्षूवर अमानवी लोकाचे हल्ले परतवून लावण्याचे शिक्षण दिले. त्या विद्येला जगभर ज्युडो कराटे या नावाने ओळखले जाते. इ. स. पूर्व ६२३ मध्ये नेपाळ देशात जन्मास आलेले बुद्ध बौद्ध धर्माचे संस्थापक बनले. यामध्ये सतत एकाग्रता ठेवून परमेश्वराची आराधना करणे सामान्य काम नाही. समाधी लागणे हेही अवघड काम आहे. ते फक्त बुद्ध करू शकले. इतरांना अशक्य आहे एवढेच महत्त्वाचे आहे.

५) जॉन विक्लिप :

इंग्लड देशातील विचावंत, शैक्षणिक, धार्मिक तथ्यांबाबत काही सिद्धांत मांडले. बायबल या धर्मग्रंथाचे इंग्रजीत भाषांतर केले आणि बायबलबाबत सत्य लोकापर्यंत पोहोचवले. परमेश्वर आणि त्यांचे भक्त याबाबत त्यांनी मांडलेला सिद्धान्त अतिशय महत्त्वाचा आहे.

परमेश्वर आणि त्यांचे भक्त यांच्यातील नाते अतूट असते. भक्ताला परमेश्वरापर्यंत पोहोचण्यासाठी माध्यमांची आवश्यकता नाही. त्यामुळे भक्ताने पाद्री, संत, साधू किंवा मौलवी आणि मुनी यांचा आधार घेऊ नये. त्यामुळे देव (परमेश्वर) भक्तांपासून अधिक दूर जातो, याचे भक्ताने भान ठेवावे. हा सिद्धान्त जगातील सर्वांसाठी लागू होतो.

भारतातील संन्याशी देवाच्या नावाखाली राजकारणात आले आहेत. देवाने अशा संन्याशांची भक्ती पुण्य नष्ट केले आहे आणि सामान्य माणसाप्रमाणे त्यांच्या पाप-पुण्याचे मोजमाप सुरू ठेवले. पुढील जन्म यांच्यासाठी घातक आहे. परीक्षा म्हणून राजकीय साधू, संत, साध्वी यांच्याकडे कोणती आध्यात्मिक शक्ती पाहा. उत्तर शून्य येईल.

आकृतिबंध जीवन अभ्यास

पृथ्वीवरील जीवनप्रवास

वडील (father) आई (Mother)

बाळ (मुलगा) बाळ (मुलगी)

बौद्धिक ज्ञान	शिक्षण	व्यवसाय ज्ञान
० ते २५ वर्षे	मजुरी कष्टकाम ज्ञान	संसार
स्वतःसाठी (सक्तीचे)		
२५ ते ६० वर्षे		ऐच्छिक(इतरांना मदत)
६० ते ० वर्षे		

या जन्मात जास्त पाप असल्यामुळे पुढचा जन्म नरकयातनेसाठी रिझर्व्ह ठेवला जातो.

मृत्यू

पुण्य समानता पाप

पुढील जन्मासाठी पात्र

असमानता असेल तर (लगेच ताबडतोब पुढचा जन्म)

पुण्य Balanced life पाप

पाप व पुण्य समानता करून घेतली जाते.

Total balanced life of Human being.

व्यक्तीच्या इच्छेप्रमाणे पुन्हा जन्म

जुळी मुले का जन्माला येतात?

पवित्र आत्मा पवित्र आत्मा

एकाच मातेची निवड

(गुरुमंडल)

दोन जुळी मुले जन्माला येतात.

वेळेपूर्वी मृत्यू, नैसर्गिक आजार : आत्महत्या, स्वत:च्या चुकीमुळे मृत्यू, अपघात

गुरुमंडलात रवानगी : गुरुमंडल न्याय शिक्षा पिशाच योनी २०० पासून ८०० वर्षे

अघोरी मांत्रिक

सुकर्म : गुरुमंडल प्रवेश

कुकर्म : पिशाच योनी २००० वर्षे २०० ते २००० कर्मानुसार मांत्रिकाच्या साहाय्याने जे लोक इतरांवर अन्याय करतात, त्यांना पिशाचे योजित २०० वर्षे काढून जन्म घेतल्यानंतर नरक यातना त्या जन्मात भोगाव्या लागतात.

वर्तमान जन्म-मृत्यू

पुण्य	**पाप**
सर्व प्रक्रिया	
अपराध	**पुढील जन्म**
१. बलात्कार	किन्नर (हिजडा)
२. खून	पिशाच योनी
३. लुबाडणूक दरोडा	पिशाच योनी गुलामी
४. अधिकाराचा गैर वापर	गुन्ह्यात सजा उमर कैद
५. राज्यकर्ता	कार्यावर अवलंबून जन्म
६. उत्तम राज्यकर्ता	गुरुमंडलात प्रवेश
७. गुलाम बनविणे व गुलामी लादणे.	गुलाम
८. सौंदर्य गर्व	कुरूप सौंदर्य
९. कुरूप सौंदर्य	सुंदर सौंदर्य
१०. अंधश्रद्धेतून फसवणूक	गंदे नाली का कीड़ा
११.लुबाडणारे वैद्य डॉक्टर	अपंग म्हणून अखेरपर्यंत
१२. देवाच्या नावावर फसवणूक	त्याच मंदिरासमोर अपंग भिकारी.

परमेश्वराचा न्याय स्वीकारून पुन्हा जन्म होतो.

◆◆◆

अध्यात्म

जगातील कोणत्याही प्रश्नाचे उत्तर अध्यात्म देते.

आपण विज्ञानाप्रमाणे विचार करणारे लोक आहोत. त्यामुळे आपला सामान्य प्रश्न आपल्याला अधिक खोलात घेऊन जातो आणि त्या प्रश्नाचे उत्तर शोधण्याचा प्रयत्न करतो.

प्रश्न क्र. १) देव आहे का नाही? सिद्ध करून दाखवा.

उत्तर : अशक्य.

प्रश्न क्र. २) सैतान किंवा दैत्य किंवा भूत आहे किंवा नाही? सिद्ध करून दाखवा.

उत्तरः अशक्य.

प्रश्न क्र.३. अध्यात्माने देवाचे दर्शन होते का? सिद्ध करून दाखवा.

उत्तरः अशक्य.

प्रश्न क्र.४. काळ्या जादूने सैतान समोर येतो का? सिद्ध करून दाखवा. उत्तर-

उत्तर : अशक्य.

प्रश्न क्र.५. देवाचे मूर्त रूप कसे आहे? सिद्ध करून दाखवा

उत्तर : अशक्य.

प्रश्न क्र.६ सैतानाचे मूर्त रूप कसे आहे? सिद्ध करून दाखवा.

उत्तर : अशक्य.

प्रश्न क्र.७. अध्यात्माने देवाकडून ज्ञान मिळते का? आणि मिळत असेल तर सिद्ध करून दाखवा

उत्तर : शक्य आहे.

यासाठी आपणास सुमारे २५०० ते २७०० वर्षे पाठीमागे जावे लागेल.

१) भगवान महावीर यांनी सुमारे १२ वर्षे तपश्चर्या केली आणि १२ वर्षांनंतर त्यांना ज्ञानप्राप्ती झाली. त्या ज्ञानाचा प्रवाह अखंडपणे सुरु आहे आजपर्यंत.

२) भगवान गौतम बुद्धांनी सात वर्षे तपश्चर्या कशी करायची याची माहिती घेतली आणि प्रत्यक्ष ज्ञानप्राप्तीसाठी बसले, तेव्हा त्याना ४९ दिवसांनी ज्ञानप्राप्ती झाली. ते ज्ञान आज संपूर्ण जगात प्रवाहाने जात आहे. त्यांनी मिळविलेले ज्ञान अफाट होते.

(अ) ज्ञान : जगातील कोणत्याही विषयातील प्रश्नाचे उत्तर ते हयात असताना देत होते. आता त्यांचे अनुयायी देत आहेत.

(ब) संरक्षण (बचाव) : बुद्धांनी शत्रूपासून स्वतःचा बचाव करण्याचे ज्ञान शिष्यांना दिले ते ज्ञान आता चीन देशात आहे. ज्याला ज्युडो कराटे असे म्हटले जाते.

(क) आक्रमण : या ज्ञानाने इतरावर अन्याय होईल, म्हणून हे ज्ञान स्वतःस अवगत असूनही कोणास दिले नाही.

(ड) देह संरक्षण (शरीर संरक्षण) स्वतःचे व इतरांचे. याचे फक्त ज्ञान दिले.

(इ) अलिप्तता :

१) हिंसेपासून दूर राहा. (अहिंसा), मद्यपान करू नका.

२) इतरांनी मिळवलेल्या द्रव्यावर आपला अधिकार मिळविण्याचे प्रयत्न करू नका(अपरिग्रह).

३) चोरी, दरोडा, घालण्याचा प्रयत्न करू नका. (अस्तेय)

४) सत्यावर विश्वास ठेवा. नेहमी सत्य बोला (सत्य)

५) आहार : हिंसा करून आपला आहार मिळवू नका. मात्र तुम्ही न केलेल्या हिंसेच्या आहाराचा त्याग करू नका, स्वीकारा.

६) अध्यात्म : आपणास ज्या प्रश्नाचे उत्तर समाजात मिळत नसेल, ते अध्यात्म मार्गाने स्वतः मिळवा.

जगातील सर्वात महत्त्वाच्या शास्त्रज्ञांनी ज्ञान मिळवले. ते कसे?

अल्बर्ट आईनस्टाईन : मूळचा जर्मन असलेला भौतिक शास्त्रज्ञ अल्बर्ट आईन्स्टाईन यांचा जन्म १४ मार्च १८७९ रोजी झाला. त्यांचे इन्व्हेन्शन खालीलप्रमाणे :

Envent-

1) Gas absorption heat pump

2) Einstein refrigerator.

Discoveries: In year 1905. year some times described as his miracle year. He published four papers in the Annalen der physit each of which would alter course of modern physics. Gravitation, acceleration (acceleration) Mercury's orbit around the sun, deflection light around the sun, solar eclipse observation 1919. He devoloped the theory of general relativity.Atom Bomba E = mc2. Hydrogen bomb.

या सर्व शास्त्रज्ञांनी अध्यात्म संशोधन केले. हे सर्व शास्त्रज्ञ शांतपणे बसून प्रश्नावर लक्ष केंद्रित करायचे. आपोआप सर्व ज्ञानेंद्रिये त्या लक्षाकडे आकर्षित व्हायचे. परिणामी त्यांना समाधी लागायची. त्या अवस्थेत त्यांच्या डोळ्यासमोर विवर तयार व्हायचे व त्यातच त्यांचा आत्मा अवकाशात उत्तराच्या शोधात भटकत राहायचा. त्यांना प्रथम उत्तराचा प्राथमिक मार्ग सुचायचा मग ते त्यावर संशोधन करण्यासाठी सर्व बाजूंनी पडताळणी करायचे. शेवटी ते मेडिटेशनमधून जागृतावस्थेत आल्यावर सुचलेल्या मार्गावर संशोधन करत आणि प्रश्नाच्या अंतिम उत्तरापर्यंत पोहोचत. आपण याला वैज्ञानिक दृष्टिकोनातील समाधी म्हणू या.

२) Great woman scientist Marie : curie Born in 1867 in Warsaw, Poland curie was inspired by french physicist, Henri Becquerel in 1896 who discovered that uranium emitted something that looked an awful lot like - but not quite the Same as - X rays. She envented radioactivity.

Her research in filling pierre's position got second Nobel prize. she worked with polonium and radium.

३) Issac Newton- Born 25 December 1642.

(1) He discovered how planets moved through space. fundamental force, gravity governs both.

(2) Newtons three laws of motion set foundation for

modern classical science.

(3) The discovery of gravitational force gave us the ability to predict the movement of heavy heavenly bodies.

(4) His discovery of the caleulus gave us potent mathematical tool aiding the precise anat analytical treatment of the physical world.

(5) George simson ohm - Ohm's law- the current flowing a conductor is directly proportional to its voltage and inverselyproportional to its resistance.

(6) Michael Faraday - Discovery of Electromagnetic Induction. Discovery of Benzene. Faradays law of Electrolysis. gas liquefication and Refrigeration.

या पाच शास्त्रज्ञांची नावे मी यासाठी दिली आहेत, की यांनी आपला शोध लावण्यात किती एकाग्रता दाखवली. परमात्मा शोधण्याचे पहिले चरण एकाग्रता आहे. तुम्ही एकाग्रता साधली तर तुमच्याजवळ परमात्मा येतो. ही शोधशक्ती तुम्हाला तुमच्या ध्येयापर्यंत पोहोचवते. यासाठी अध्यात्माची आवश्यकता आहे. परमात्मा आपल्यासोबत असतो, याची जाणीव यामुळे होते.

आमचे फॅमिली डॉक्टर राजेंद्र भागवत कमी खर्चात आवश्यक तपासण्या करून एखादे औषधे देतात आणि आजार बरा होतो. यामध्ये त्यांची तपासणी, आजार निश्चिती आणि अचूक औषध यामुळे पेशंट बरा होणे या सर्व क्रियांमध्ये त्यांनी साधलेली एकाग्रता आणि एकाग्रतेतून जागृत होणाऱ्या शोधशक्तीचा परिणाम या सर्वांचा मोठा वाटा असतो.

वैद्यकीय व्यवसाय :

वैद्यकीय व्यवसायात कार्य एकच असते. पेशंटला आजारातून बरे करणे; परंतु वैद्य लोक वेगवेगळ्या पद्धतीने पेशंटवर उपचार करतात. या पद्धतीमध्ये ध्येय एक असले तरी ते साध्य करण्याच्या बाजू अनेक आहेत. यात कोणाला किती फायदा व किती नुकसान असते, याचा बारकाईने अभ्यास करणे अत्यंत महत्त्वाचे आहे. माझा अनुभव पुढीलप्रमाणे:

१) काही डॉक्टर पेशंटच्या शारीरिक तक्रारी ऐकून घेतात आणि त्यावर ते

डॉक्टर वैद्यकीय शास्त्राने विचार करतात व पेशंटला वेगवेगळ्या तपासण्या करण्यासाठी डॉक्टरांच्या लॅबकडे पाठवून देतात. लॅबमध्ये त्या पेशंटच्या रक्त, लघवी यांसारख्या अनेक चाचण्या घेतल्या जातात. ते रिपोर्ट घेऊन पेशंट मूळ डॉक्टरकडे येतात. डॉक्टर रिपोर्ट पाहून हा आजार नाही; तो आजार नाही, असे निदान करत दोष असणाऱ्या रिपोर्टवर केंद्रीकरण व त्यावर औषध लिहून देतात. नंतर पेशंट बरा होतो.

२) काही डॉक्टर पेशंटच्या तक्रारी जाणून अनुभवी बुद्धीना ठरावीक तीन चाचण्या करण्याचा सल्ला देतात. पेशंट रिपोर्ट घेऊन येतात. डॉक्टराव्या अपेक्षेप्रमाणे तीनपैकी एक आजार निश्चित होतो व त्यावर औषध दिले जाते. पेशंट बरा होतो.

३) काही डॉक्टर अचूक निदान करतात. त्याची एकच चाचणी करण्याचा सल्ला देतात. डॉक्टरांचे निदान अचूक निघून खात्री होते. औषध दिले जाते. पेशंट बरा होतो.

४) यामध्ये अचूक निदान करणारा डॉक्टर पेशंटला कमी खर्चात बरा करतो, अशा डॉक्टरांना गरीबांचा डॉक्टर म्हणून ओळखले जाते.

५) डॉ. राजेंद्र भागवत 'गरीबांचे डॉक्टर' म्हणून ओळखले जातात. हे डॉक्टर माझे कौटुंबिक डॉक्टर आहेत, याचा मला अभिमान वाटतो

६) आध्यात्मिक भाषेत अशा डॉक्टरांचे कार्याने 'व कृतीने वैद्यकीय शोध शक्ती जागृत होती. ही शोधशक्ती डॉक्टरांना अचूक निदान करण्यास मदत करते. यांचा एवढा मोठा अभ्यास असतो की, पेशंटच्या छातीवर हात ठेवल्याबरोबर हृदय, फुफ्फुस किंवा प्लीहा हा किंवा जठर या ठिकाणी आजार याचे निश्चितीकरण होते. स्टेथॅस्कोपच्या साहाय्याने फुफ्फुस तपासले जाते, पोटावर हात ठेवून आतड्यांचे आजार आहेत का नाही याचे अचूक निदान करतात आणि तेवढीच तपासणी करण्यास सांगतात आणि पेशंटला बरे करतात.

जीवन समजून घेण्याची योग्य पद्धत कोणती?

मी जागण्यापूर्वीच माझे भाग्य झोपी जाते. मी उशीर करत नाही, तर माझ्याकडून उशीर होतो, असा दृष्टिकोन अनेक लोक जीवनाबाबत ठेवतात. हा एक स्वतःच्या बाजूने केलेला युक्तिवाद असतो. त्यातूनच जीवनाला नावे ठेवण्याची सवय लागत जाते. अशावेळी आपण आपल्या जीवनाला समजून घेणे गरजेचे आहे.

जन्म आणि मृत्यू या वेगळ्या गोष्टी आहेत. हे लक्षात ठेवणे आवश्यक आहे. जन्म आणि मृत्यू यामध्ये जे घडते त्याला जीवन असे म्हणतात. जीवन समजावयाचे असेल तर अध्यात्माचा आधार घ्यायला पाहिजे. अध्यात्म म्हणजे आपल्या आत्म्यावर टिकून राहून जगण्याची पद्धत. सोप्या भाषेत सांगायचे तर स्वतःबाबत जागृत राहण्याची कला आणि कौशल्य.

विज्ञान युगात व घाईगडबडीच्या जीवनात आपण दिवसातील एक तास स्वतःसाठी खर्च केलात तर आपल्याला आपल्या 'स्व'त्वाची जाणीव होईल. अध्यात्मामुळे परमात्मा भेटेल किंवा भेटणार नाही. मात्र आपण आपल्या स्वतःला अवश्य भेटाल, योगासने केल्यावर स्वतःच्या शरीराचा व्यायाम होईल व अध्यात्म केल्याने आपण आपल्या सर्व इंद्रियावर नियंत्रण ठेवू शकेल.

अध्यात्मात एकाग्रतेला महत्त्वाचे स्थान आहे. एकांत ठिकाणी बसून प्रथम आपण आपल्या श्वासावर लक्ष केंद्रित करा. तुम्हाला काही दिवसांनी श्वासोच्छवासावर नियंत्रण ठेवता येत असल्याचे तुम्हाला जाणवेल. त्यानंतर आपली एकाग्रता दोन्ही डोळ्यांच्या मध्ये असणारा सपाट भागावर लक्ष केंद्रित करा. तुम्हाला तिसरा डोळा दिसण्यास सुरुवात होईल. ही एकाग्रता असेच पुढे वाढवत जा. तुम्ही एका वेगळ्या विश्वात प्रवास करत आहात, याची जाणीव होईल. हे असेच चालू ठेवले तर आपणास वेगवेगळ्या रंगाच्या माध्यमातून प्रवास करीत आहे, याची जाणीव होईल. पांढऱ्या रंगाचा पट्टा माध्यम आल्यावर आपण परमात्म्याजवळ आल्याची जाणीव होईल आणि सर्वांत शेवटी सोनेरी रंगाच्या माध्यमात तुमचा प्रवेश होईल. त्यावेळी विश्वनिर्माता परमात्मा तुम्हाला भेटेल आणि त्याचवेळी ज्ञानप्राप्ती होईल. याला 'अध्यात्म' असे म्हणतात. डिप्रेशनमध्ये गेलेली व्यक्तीचे ध्रुवीकरण समस्येला होते. म्हणून डिप्रेशनमध्ये गेलेली व्यक्ती तीन वर्षांच्या अध्यात्मापर्यंत पोहोचलेली असते. ते अंतिम टप्प्यात पोहोचतात व त्यांना आवश्यक असणारे ज्ञान मिळते.

शोधशक्ती जागृत करण्यासाठी ध्यानस्थ होऊन आसन मांडण्याची आवश्यकता नाही. यासाठी आपल्यामध्ये संशोधक वृत्ती असावी लागते. संशोधनात एकाग्रता म्हणजे ध्यान होय. ज्यावेळी आपण एकाग्र झालेलो असतो, त्यावेळी आपण परमात्म्याच्या ध्यानात असतो. आपल्या संशोधनात आपल्याला समाधी लागलेली असते. आणि आपण या समाधीतून बाहेर येतो, त्यावेळी आपण नवीन वैज्ञानिक शोध लावलेला असतो.

या प्रक्रियेमध्ये आपण आपल्या शरीरात असलेल्या देवाला जागृत करतो आणि

देव जागृत झाल्यावर आपले संशोधन कार्य पूर्ण होते. हा चमत्कार नाही, तर आपण आपल्या विवेकबुद्धीला जागृत केल्याचा परिणाम असतो. आपण स्वतःबरोबर इतरांचे कल्याण करतो. त्यात जे समाधान मिळते त्यास वैश्विक समाधान म्हटले जाते.

आपल्याला जे मिळाले आहे, त्यात समाधान मानणे आणि समाधानातून समाधानाकडे वाटचाल करणे यातच परमात्मा दर्शन आहे. यालाच सुखी जीवन म्हणतात. आपला जन्म शून्यातून होतो आणि अंतही शून्यातच होतो. आपल्या मृत्यूनंतर लोकांनी चांगला मनुष्य, मदतगार मनुष्य, बुद्धिमान मनुष्य, जीवन सार्थक करणारा म्हणून चर्चा करतील त्यावेळी आपके जीवन सार्थकी झाले, असे समजावे. आपल्या आयुष्याच्या सर्व नसा परमात्म्याच्या हातात आहेत. याचे भान ठेवून जर जीवन जगलो असेल तर सार्थक जीवन, पवित्र जीवन व परमात्माप्रिय जीवन समजावे!

परमात्मा उपदेश

१. मी मानवाची निर्मिती केली. मानवाची निर्मिती करताना मी माझ्याजवळ असणाऱ्या सर्वज्ञानाचा वापर केला. माझ्याजवळ जे आहे ते सर्व मानवाला दिले.
२. माझ्याजवळ असणाऱ्या सर्व ११२ शोधशक्ती मानवाच्या शरीरात प्रस्थापित केल्या.
३. मानवाच्या रक्षणासाठी अन्य दोन शोधशक्ती त्याच्या शरीराभोवती सक्रिय ठेवल्या.
४. स्त्री-पुरुष या दोघांचेही मी स्वतंत्र अस्तित्व तसेच आणि स्वतंत्र शरीर तयार केले. ज्यातून पुनरुत्पादन होऊ शकेल.
५. निसर्ग समतोलासाठी जन्माला आलेल्या बाळाला जन्मापासून हळूहळू वाढत्या वयानुसार शोधशक्ती आपोआप जागृत होण्याची व्यवस्था केली.
६. मी विचार करून पुरुषांच्या एकूण ५२ शोधशक्ती जागृत होण्याची व्यवस्था केली. तसेच स्त्रियांच्या फक्त 36 शोधशक्ती जागृत ठेवल्या आहेत.
७. या पुढील शोधशक्ती जागृत करण्याची जबाबदारी मानवावर सोपवली आहे.
८. या पुढील शोधशक्ती जागृत करण्यासाठी मानवाच्या कृतीवर, पुण्य आचार-विचार, सहनशक्ती, सुसंस्कृतपणा, कार्यात ध्यान, एकाग्रता, मनाची

स्थिरता, अध्यात्म तसेच कृती, कर्तव्य, निष्ठा यामधील सातत्य शोधशक्ती जागृत होण्यास मदत होते. या शोधशक्तीचा वापर योग्य कारणासाठी झाला, तर पुढची शक्ती आपोआप जागृत होते.

९. पृथ्वीवर शोधशक्ती जागृत करणारा एकमेव मानव त्याचे नाव शिवशंभो. यांची ११२ सर्व शोधशक्ती जागृत केल्या. त्याची पत्नी पार्वती हिने सुद्धा ११२ शोध शक्ती जागृत केल्या. त्यामुळे त्याच्या शरीराभोवती असणाऱ्या दोन शोधशक्तीसुद्धा जागृत केल्या. त्यामुळे दोघांची मिळून एक व्यक्ती निर्माण झाली, हेच ते शिवशंभो आहेत. त्यांच्या इच्छेनुसार स्त्री-पुरुष रूप वेगळे निर्माण करता येते.

१०. त्यांनी स्वतःचे स्थान निर्माण केले आणि ते अमर असूनही माझी (परमात्म्याची) आराधना करत आहेत.

११. महात्मा गौतम बुद्ध यांनी फक्त ८७ शोधशक्ती जागृत करून घेतल्या आणि तेथेच थांबले. त्यांना जी ज्ञान प्राप्ती झाली. याचा उपयोग समाजकल्याण या कामी केला. त्यामुळे त्यांचे अस्तित्त्व लोकांना समजले. मिळालेले ज्ञान त्यांनी त्यांच्या शिष्यांना दिले.

१२. पूर्वीच्या काळात संन्यासाश्रम व्यवस्था होती. गृहस्थाश्रमास निवृत्ती देऊन पुढील राहिलेले आयुष्य समाधानात काढणे यासाठी देवाचे नामस्मरण व अध्यातमात व्यतीत करणे हे होते. मात्र सध्या वर्तमान स्थिती वेगळी आहे 'ध्यान करणाऱ्यासाठी मी एक शोधशक्ती खुली करण्याची व्यवस्था केली आहे. शोधशक्ती एकदम खुली होत नाही, थोडे-थोडे ज्ञान वाढत जाते. पूर्ण खुली थोड्या कालावधीत होते. या वेळी हे संत स्वतःला देव समजू लागतात, दरबार भरवतात आणि सामान्य लोकांना अंधश्रद्धेत ढकलतात. परिणामी, शोधशक्तीच्या पुढील सर्व क्रिया थांबतात. अशी व्यवस्था केलेली आहे. अशा बागी संताना याच देहात नरकयातना देण्याची व्यवस्था केली आहे.

१३. मंदिरात, चर्चमध्ये, मशिदीमध्ये, गुरुद्वारामध्ये किंवा अन्य प्रार्थनास्थळे या ठिकाणी माझे वास्तव्य आहे, असे समजून लोक मी दिलेले धन मंदिराच्या पुजाऱ्यास भीक म्हणून माझे नावे देतात. काही लोक मंदिरातील मूर्ती दर्शनासाठी लाच देतात. हे मला कसे मान्य असेल? मी देणाऱ्या व घेणाऱ्या व्यक्तीला पापी ठरवतो.

१४. मी शिक्षा दिलेले पिशाच भूगर्भातील पाण्याच्या तळाशी वास्तव्य करतात. काही पिशाचांना पृथ्वीवर न ठेवता उंच दूर अंतरावर पृथ्वीच्या कक्षेत

तरंगत ठेवले होते. मात्र भगवान शिवशंभोच्या इच्छेपोटी त्यांना तरंगणाऱ्या पिशाचांना जमिनीवर राहण्यास परवानगी दिली आणि त्यांची राहण्याची जागा निश्चित केली. मात्र या पिशाचांचा मानव जातीला त्रास होत असल्याने काही देवदूतांना मी पृथ्वीवर पाठवले आहे.

१५. पिशाचांना मुक्ती देण्याची क्षमता देवदूतामध्ये आहे. त्यांना योग्य वाटले, तरच ते मुक्ती देतात. तसेच शिक्षा पूर्ण झाल्यावर पिशाच आपोआप मुक्त होतात, याचीही व्यवस्था मी केलेली आहे.

१६. माझे वास्तव्य किंवा माझी शक्ती कोणत्याही दगडाच्या मूर्तींमध्ये किंवा धातूच्या मूर्तींमध्ये नाही, याची जाणीव प्रत्येक मानवाने ठेवली पाहिजे. माझे वास्तव्य प्रत्येक मानवाच्या शरीरात शोधशक्तीच्या रूपात असते. त्यामुळे प्रत्येक भक्तांने स्वतःचा शोध घ्या. इतरांकडे पळू नका. त्याचा उपयोग नाही.

१७) सरळ सामान्य मानवाचे जीवन जगा. आपल्यामुळे इतरांना त्रास होईल, असे वागणे टाळा. स्वतः जगा आणि इतरांना जगू द्या. आपल्या फायद्यासाठी इतरांचा बळी देऊ नका. तुम्हाला निश्चित गुरुमंडलात आदराने बोलावले जाईल.

१८) भारतात विशेषतः महाराष्ट्रात वारकरी संप्रदाय व भक्ती संप्रदाय आहेत. अज्ञानी माणसांना ज्ञानी बनवणे, अंधश्रद्धा सोडणे व त्यांच्या भाषेत प्रवचन करणे यासाठी त्यांची शोधशक्ती जागृत होण्याची व्यवस्था मी त्यांच्या शरीरात केली आहे.

१९) ज्यांनी भक्तीमार्ग अवलंबला, अध्यात्माकडे वळले, ईश्वरदर्शनाची अपेक्षा केली. त्यांना मी दर्शन दिले. माझ्याकडे स्त्री-पुरुष असा भेदभाव नाही. कारण मी स्वतः यांची निर्मिती केली आहे.

२०) पृथ्वीवर अनेक धर्म आहेत. या धर्मांच्या धर्मग्रंथात सर्वांनी चांगले राहावे, वागावे, समजावे, समजून घ्यावे. सामंजस्य राखावे, समतेने राहावे, सहिष्णुता असावी. याचेच वर्णन वाचायला मिळेल. तुम्ही तुमच्या मनाला, बुद्धीला पटणाऱ्या गोष्टी स्वीकारा, आचरणात आणा. यश तुमच्याकडे खेचले जाईल.

२१) माणसा-माणसांमध्ये भेदभाव करू नका. अस्पृश्यतेबाबतचा निर्णय मी व्यक्तिनिष्ठ ठेवला. अस्पृश्य बनवणाऱ्या लोकांना मी याच जन्मात अस्पृश्य केले. त्याच्या शरीरात असा असाध्य रोग निर्माण केला, तो स्वतः अस्पृश्य

बनला, त्याला कोणीही स्पर्श करत नाहीत. त्याचे नातेवाईक, मुले, पत्नीसुद्धा त्यांना शेवटच्या क्षणापर्यंत स्पर्श करू शकले नाहीत.

२२) मंदिरात कोट्यवधी, लक्षावधी रकमेचे, अलंकाराचे, सोन्याचे दान करणाऱ्या व्यक्तिंनी मंदिराबाहेरील भिकाऱ्यांना दान द्यावे. त्याला असे दान द्यावे, ज्यामुळे तो पुन्हा भीक मागणार नाही. गरजूंना दान करा. तो गरजू सामान्य नागरिकाचे जीवन जगेल, मंदिरात दिलेले दान पाप समजण्यात येईल. कोटींचे दान करणाऱ्या व्यक्तीने एखादे गाव दत्तक घ्यावे व त्या गावातील लोकांना स्वयंभू बनवावे, याची दखल गुरुमंडलात घेतली जाईल.

२३) सर्व संत, साधू, पुजारी, मठपती, पाद्री, मौलवी यांच्याकडे कोणाकडेही माझी शक्ती नाही. (दैवी शक्ती) ते लोकांच्या अज्ञानाचा फायदा घेतात आणि माझ्या (परमात्मा) नावावर कुकृत्य करतात. 'सावध राहा. मी तर त्यांना शिक्षा देतोच; परंतु त्या अगोदर तुम्हाला सावध करणे हे माझे काम आहे. कोणत्याही साधू-संत, पाद्री, मौलवीच्या साहाय्याने परमात्मा दर्शन होणार नाही. माझ्या दर्शनासाठी माध्यमांची आवश्यकता नाही.

२४) मी स्त्रीसाठी ३६ शोधशक्ती जागृत ठेवल्या आहेत आणि पुरुषांच्या शोधशक्ती ५२ जागृत ठेवल्या आहेत. यामध्ये तुम्हाला वाटेल की, मी स्त्री-पुरुष समानतेचा भेद केला आहे परंतु मी स्त्री-पुरुष समानता ठेवली आहे. स्त्रिया अध्यात्म करत नाहीत. त्यामुळे त्यांना हे माहीत नाही. पुरुषांना एक शोधशक्ती जागृत करण्यास जेवढा वेळ लागतो. त्याच वेळात स्त्रीला आवश्यक असणाऱ्या तीन शोधशक्ती जागृत होतात. पुरुषापेक्षा स्त्रिया अधिक बुद्धिमान असतात; परंतु स्त्रीची बुद्धी व्यवहार उपयोगी नाही. याचाही मी मध्य साधला आहे. स्त्री अनेक भूमिका साकारते. प्रथम मुलगी, बहिणीनंतर कोणाची तरी पत्नी, आई, आज्जी या भूमिका साकारते. स्त्री ही आपल्या अपत्यांची प्रथम शिक्षिका असते. स्त्री ही दानधर्म, नीती, ती नाती, पती, पातिव्रत्य, सौभाग्यवती, सौभाग्यपण जपते.

२५) भारतात अनेक धर्म आहेत. प्रत्येक धर्माने स्वर्ग, जन्नत, हेवन या संकल्पना मांडल्या आहेत. प्रत्येक धर्माच्या पुरुषाने स्वर्गामध्ये स्त्रीसुखाची अपेक्षा केली आहे.

अ) हिंदू धर्म - स्वर्ग- राजा इंद्र व सुंदर स्त्रिया, अप्सरा. एकूण २६ देविका. काही नर्तिका आहेत. पाच अप्सरा उर्वशी, मेनका, रंभा, तिलोत्तमा, ग्रिताची प्रत्येक पुरुष हे स्वर्गसुख अपेक्षा करतो. (स्त्री-सुख)

मग स्त्रियांनी अशा प्रकारच्या पुरुषाची अपेक्षा करू नये, याचा उल्लेख कोणत्याही ग्रंथात नाही. (पुरुष सुख - स्त्रियांसाठी)

ब) इस्लाम धर्म - जन्नत - ८२ हूर. सुंदर प्रदेश.

क) ख्रिश्चन धर्म - स्वर्ग- ७ स्वर्ग

पृथ्वीपासून काही अंतर एक स्वर्ग असे एकूण सात टप्पे म्हणजे सात स्वर्ग.

पुरुषप्रधान संस्कृती हिंदू आणि इस्लाम धर्मात आढळते. म्हणून मी सांगू इच्छितो, स्त्री ही भोगवस्तू नाही, स्त्रीला गुलाम बनवू नका. स्त्रीला सन्मान व समानतेचा हक्क द्या. अन्यथा स्त्रीच्या शरीरातील एक शोधशक्ती जागृत झाल्यास तुमचा अंत अटळ आहे. शिवाय पाप तुमच्या माथ्यावर राहील. स्त्रियांनो, घाबरू नका. मी तुमच्या शरीरात वास्तव्यास शोधशक्तीच्या रूपात आहे. जेव्हा अति होईल त्यावेळी मी त्यांची माती बनवतो. मी निर्माण केलेल्या स्वर्गाविषयी थोडक्यात माहिती या पुस्तकातील एका प्रकरणात दिली आहे. म्हणजे सर्वांना स्वर्ग या संकल्पनेचा अर्थ समजेल. मी स्वतः त्या लोकांना जन्म घेण्यास भाग पाडतो. ते जन्म घेण्यास तयार नसतात.

धर्मप्रिय लोकांसाठी माझा उपदेश - पृथ्वीवरील सर्व धर्मसंस्थापक माझ्याजवळ वास्तव्यास आहेत. अहिंसेने धर्माचे पालन करा, मात्र धर्मांध होऊ नका. धर्माच्या नावावर अंधश्रद्धा पसरवू नका. सुखात राहा, सुखी रहा, आनंदाने सर्वांना जगू द्या. सर्व सजीवांना माझ्या शुभेच्छा!

◆◆◆

परिशिष्ट

दोन शब्द

१) जगातील सर्व धर्म आणि त्यांचे धर्म संस्थापक यांनी आयुष्यभर ध्यानधारणा केली. मृत्यूसमयी त्यांना ज्ञान प्राप्त झाले. फक्त गौतम बुद्धांना ४९ व्या दिवशी ज्ञानप्राप्ती झाली.

२) सध्या जगात धर्माचे सेवक म्हणणारे भगवी वस्त्रे, शुभ्र वस्त्रे, काळी वस्त्रे घालणारे, प्रचंड दाढी वाढवणारे, माझ्याकडे दैवी शक्ती आहे असे सांगतात. त्यांना काहीही ज्ञान प्राप्त झालेले नसते. ते फक्त ज्ञानप्राप्तीची जादू दाखवतात, त्यांच्यापासून सावध राहा! ते सामान्य लोकांच्या अज्ञानाचा फायदा घेतात.

३) मंदिरात किंवा मठात दान करणे म्हणजे देवाला लाच देणे होय. ज्या देवाने तुम्हाला धन दिले, तेच किंवा त्यातील काही धन देवाकडे कसे दान करता? आपण हेच दान गरजूंना, अनाथांना, गरिबांना, निराधार ज्येष्ठांना दिले तर पुण्य मिळेल.

४) आपण मिळवलेल्या धनातील काही भाग गरजूंना देऊन त्यांना मुख्य प्रवाहात आणल्यास निश्चित पुण्य लाभेल.

५) भक्तहो, भक्ती तुम्ही स्वतः करा. पुजाऱ्यांमार्फत, मांत्रिकांमार्फत, देवाची शांती करण्याचा प्रयत्न करू नका. अशांती तुमच्या नसानसांमध्ये वाढत जाईल. हे समजून चांगले घ्या.

'जय परमात्मा', 'जय विश्वनिर्माता.'

अनुभवाचे बोल

मी साधना करत असताना मला अनेक अनुभव आले. मृत्यूसमयी जीव जात नव्हता. कधी मृत्यू अवस्था अनुभवत होतो. तर ही कधी जिवंत अवस्था अनुभवत होतो. याचे मूळ कारण शोधण्यासाठी मला तीन महिन्यांचा कालावधी लागला. ज्याचा मृत्यू होतो, तो मला फक्त चाळीस दिवस दिसतो. नंतर माझ्या स्मरणशक्तीतून लुप्त होतो आणि मला त्याबाबत काहीही आठवत नाही. नुकत्याच मृत्यू पावलेल्या माझ्या सहकाऱ्याचा मृत्यू अनुभव लक्षात आहे. म्हणून त्याचे मी लेखन करत आहे. या बाबत माझे मतही ठाम नाही. मी अध्यात्माला बसलेलो असताना तो मानसशास्त्रीय अनुभव आहे का मला ध्यान करत असताना मला दृष्टांत झाला. हा दृष्टांत आहे की स्वप्न हे नक्की सांगता येत नाही किंवा त्याच्याशी निगडीत सत्यतेबाबतचे कोणतेही पुरावे माझ्याकडे नाहीत. तरीही मी जे पाहिले, अनुभवले ते वाचकांसमोर ठेवत आहे.

१) मी एका सहकाऱ्याचे मृत्यूवर्णन करत आहे. त्याचे नाव बदलून लिहीत आहे. नाव सुकुमार कुलकर्णी. शिक्षण बी. ए. गाव म्हणजे मूळ गाव पलूस तालुक्यातील, धर्म हिंदू, जात-उच्चवर्णीय. मी जेथे नोकरी करत होतो, त्या ठिकाणी त्याने वशिल्याने नोकरी मिळवली. स्वभाव चांगला, सर्वांना गोड बोलणारा. मात्र त्याचा आंतरआत्मा कारस्थानी होता. त्याच्या या जन्माचा ॲस्ट्रॉल बॉडीमार्फत जन्मापासून मृत्यूपर्यंतचा मी प्रवास पाहिला. त्यात त्याने पाप व पुण्य मान्य केले. त्यामुळे या जन्मातील पाप याच जन्मात भोगून वरती परमात्म्याने पाठवण्याचे ठरले व त्याप्रमाणे त्यास नरक यातना सुरू झाल्या व त्याचे मला दर्शन घडले. त्याचे हे लेखन आहे.

वस्तुतः ही प्रक्रिया त्याच्या मृत्यू दरम्यान घडली. त्याने बालपणापासून मित्रांना, आई-वडिलांना, भावंडाना मानसिक त्रास दिला. तरुणपणी स्वतःच्या गोड बोलण्याच्या कौशल्यावर नोकरी मिळवली. ज्युनियर क्लार्क असतानाच आपल्या गोड बोलण्याच्या आधारावर पगारपत्र तयार करण्याचे काम स्वतःकडे घेतले आणि त्यानंतर त्याने सर्व शिक्षकांना, शिपायांना, विद्यार्थ्यांना, पालकांना वेठीस धरण्यास सुरुवात केली. प्रत्येकाचे मानसिक संतुलन बिघडवणे, अनेक लोकांना सतत अडचणीत ठेवणे, लोकांना मानसिक ताणात ठेवणे आणि प्रत्येकाचे नुकसान करता येईन तेवढे करत राहणे असेच त्याने आयुष्यभर केले. त्याने अनेकांच्या नोकऱ्या घालवल्या. प्रमोशन मिळत असताना त्या शिक्षकांना न

मिळण्याची व्यवस्था केली. मुलांना, पत्नीला सतत दडपणात ठेवलेय. त्यामुळे त्याची पत्नी डिप्रेशनमध्ये गेली आणि त्यातच तिचा अंत झाला.

स्वतःच्या क्षणिक आनंदासाठी इतरांवर अन्याय करणे आणि इतरांना मदत करण्याऐवजी त्यांच्या कामात अडथळा आणणे हे सर्व पाप या संकल्पनेत येते. आयुष्यात झालेल्या अल्प पुण्यामुळे त्यास पुण्य करण्याची परमेश्वराने संधी देऊनही त्याच्या पापाचा घडा भरत गेला. म्हणून याच जन्मात नरक यातना देण्याचा निर्णय परमात्म्याबरोबरच्या खुल्या चर्चेत झाला. ॲस्ट्रॉल बॉडी (पारदर्शी) शरीर असल्यामुळे सार्थ-परमार्थ या गोष्टी आपोआप बाजूला जातात व पाप किंवा पुण्य मान्य करावे लागते.

निसर्ग नियमानुसार त्याने पुण्य केलेले भोगले मात्र पापाची नरकयातना शिल्लक राहिली म्हणून त्याला भोगावी लागते. हृदयाचे ऑपरेशन यशस्वी झाल्यानंतर त्याने पापाचे पराक्रम केले. त्यापैकी काही पापांची शिक्षा भोगलीसुद्धा. अचानक शाळेत कोसळून पडला त्याचा पाय मोडला. पाय दुखत असताना वेदना कमी करण्याच्या गोळ्या त्याला खाता आल्या नाहीत. उलट वेदना सहन कराव्या लागल्या. निवृत्तीनंतर एकाकी रहावे लागले. पत्नी अगोदरच गेली. मुले कामानिमित्त बाहेर गावी गेली. त्यामुळे त्याला एकट्यालाच घरी राहावे लागले. शरीराच्या सर्व इंद्रियसंस्थामध्ये बिघाड झाला आणि त्याच्या यातना सुरू झाल्या. आतापर्यंत मानसिक त्रास दिलेल्या व्यक्तीच्या भावना समोर आल्या. त्यांना जो मानसिक त्रास झाला, त्या पश्चातापाने ब्रेन सिस्टीम अतिशय दुखावली गेली व मेंदूच्या वेदना सुरू झाल्या. या परिस्थितीत पारदर्शी शरीर भौतिक शरीराला सोडून जाण्यास तयार झाले. पारदर्शी शरीराला या वेदना सहन करणे अशक्य झाले. शरीराच्या प्रत्येक प्रत्येक स्नायूमध्ये वेदना त्यामुळे शोधशक्ती (Reflector's) रक्ताभिसरण संस्था व्यवस्थित ठेवून शरीर सोडण्याचा निर्णय घेतला. मेंदूपासून पायापर्यंतचे पारदर्शी शरीराने नाभीमध्ये एकत्र आणले. मात्र भौतिक शरीर पारदर्शी शरीराला सोडण्यास तयार नव्हते. यामध्ये ताण-तणाव वाढत गेला. त्यामुळे काही वेळा मृत अवस्थेत जायचे पुन्हा पूर्ववत व्हायचे. त्यामुळे त्या भौतिक शरीराला कॉटवरून दोन वेळा खाली पडावे लागले. यातना अधिक वाढत गेल्या. भौतिक शरीराच्या परवानगीने परमात्म्याकडे निवेदन द्यावे लागले. राहिलेली शिक्षा पुढील जन्मात द्या. परमात्म्याने ते मान्य केले व त्याचा मृत्यू झाला. अकरा दिवस पारदर्शी शरीराच्या रूपात घरासमोर असलेल्या झाडावर वास्तव्य केले. त्याच्या लक्षात आले की आपला पुढील जन्म निश्चित गुलाम म्हणून असेल. आता परमात्मा

देतील ती शिक्षा भोगायची ठरली व प्रथम पिशाच योनीत प्रवेश केला. त्याचा जन्म आता वाल्मिकी समाजात होणार आहे.

तडफडून मृत्यू

त्या व्यक्तीशी माझी मैत्री होती. मात्र त्यांचा असा वाईट अंत झाला. त्यामुळे वाईटाचा अंत वाईटच होऊ शकतो, हे मला आध्यात्मिक साधना करताना समजले.

नाव - (काल्पनिक नाम) अवचित शामले. बी. एस. सी. बी. एड.

जन्म - सर्वोच्च आर्य कुळात स्वभाव - मनमिळावू आणि दोस्ती निभावू असा होता. मृत्यू अगोदर तीन महिने स्वर्गात गुरुमंडलात परमात्म्यासमोर या जन्माचा न्यायनिवाडा झाला. परमात्म्यास सहा न्यायाधीशासमोर त्याला मागील जन्म दाखवला. जन्म घेऊन जाणता झाल्यापासून जातिभेद, उच्चनीच भेदभाव मनात होता. सांगलीपासून सत्तर किमी असलेल्या अंतरावरील एका माध्यमिक शाळेत सहायक शिक्षक म्हणून नोकरीला लागला. याच शाळेत एक सहायक शिक्षक अत्यंत प्रभावी वक्ता होता. त्याला कारस्थाने रचून नोकरीतून काढून टाकले. या कारस्थानात अवचित याचा फार मोठा वाटा होता. आध्यात्मिक दृष्टिकोनातून असे करणे विश्वासघात, पाप समजले जाते. त्याला अध्यायात विश्वासघाती पाप समजले जाते. पुढे सांगलीत नोकरी करत असताना हा इसम उघडपणे जातीयवाद करू लागला. त्यासाठी त्याला मुख्याध्यापिकेचे सहकार्यही मिळाले. या पापाची परमात्म्यांनी दखल घेतली. त्याच्या अशा चुकीचा कर्माचा अतिरेक झाल्यानंतर एक दिवस परमात्म्याने त्याच्या अ‍ॅस्ट्रॉल बॉडीला काही प्रश्न विचारले.

परमात्मा म्हणाले, 'मी फक्त दोनच जाती निर्माण केल्या. एक पुरुष व दुसरी स्त्री. तुला मान्य आहे का?'

'होय.' तो.

'मग समाजात निर्माण झालेला उच्च-नीच असा भेदभाव नष्ट करण्यासाठी तिला उच्च कुळात जन्म घातले. मात्र त्यापैकी काहीच न करता तू अनेक लोकांचा छळ केलास. एखाद्याला मदत करण्याऐवजी त्याच्या कामात अडथळा आणलास. तुझ्या अशा कर्मामुळे समोरच्या व्यक्तीला वेदनांना सामोरे जावे लागले. त्यामुळे तुला या जन्मातच नरकयातना मिळतील. आता पृथ्वीवर जा.'

याच काळात जगभर कोरोना हा संसर्गजन्य रोगाने थैमान घातले. अवचितलाही कोरोनाची लक्षणे दिसू लागली. त्यालाएका चांगल्या हॉस्पिटलमध्ये अ‍ॅडमिट करण्यात आले. एका स्वतंत्र खोलीत कॉटवर झोपवले गेले. औषधे दिली गेली आणि

त्याला झोपही लागली. रात्रीचे दोन वाजले होते आणि त्यानंतर हॉस्पिटलमधील कर्मचाऱ्यांनी कुकृत्याला सुरुवात केली. त्यानी पेशंटला जागे केले. आपणास धाप जास्त वाढली आहे आम्ही ऑक्सिजन कृत्रिम पद्धतीने चालू ठेवतो, असे सांगितले गेले. ऑक्सिजन मास्क तोंडाला लावले गेले. व्यवस्थित ऑक्सिजन पुरवठा चालू ठेवला. अवचितला बरे वाटू लागले आणि आलेले कर्मचारी बाहेर निघून गेले. अडीचच्या सुमारास त्यांनी शामलेचा ऑक्सिजन पुरवठा बंद केला. तीन वाजता ऑपरेशन थिएटर सर्जरीसाठी सज्ज ठेवले. सर्जन ऑपरेशन थिएटरमध्ये आले व कर्मचाऱ्यांना श्यामले डेड बॉडी आणायला सांगितली. दोन कर्मचारी श्यामलेच्या रूमजवळ आले. खिडकीच्या काचेतून पाहिले तर शामले जिवंत असल्याचे जाणवले. त्याचा श्वासोच्छवास व्यवस्थित सुरू होता. हृदयाचे ठोके व रक्ताभिसरण यंत्रावर व्यवस्थित दिसत होता. तोंडावरील मास्क काढला. ऑक्सिजन पुरवठा बंद होता, तो व्यवस्थित आहे, याची त्यांना खात्री पटली. त्यातील एकाने बाजूची पडलेली उशी घेतली आणि शामले याच्या नाकातोंडावर दाबली. तरीही शामले याच्या पायाची ना तडफड होत होती ना त्याला श्वास घुसमटल्याची जाणीव होत होती. उशी बाजूला सारल्यानंतर तो व्यवस्थित श्वासोच्छवास करत असल्याचे दिसून आले. साहजिकच दोघेही घाबरले आणि सरळ ऑपरेशन थिएटरकडे पळत सुटले. सर्व प्रकार त्यांनी डॉक्टरांना सांगितला. डॉक्टर म्हणाले, 'मी स्वतः येऊन चेकअप करतो.' डॉक्टर आले. त्यांनी शामले याला तपासले असता त्याचा ऑक्सिजन पुरवठा व्यवस्थित असल्याचे जाणवले. त्यामुळे रक्ताभिसरण, श्वसन व्यवस्थित सुरू होते. डॉक्टर म्हणाले, 'पेशंटमध्ये अद्याप जीव बाकी आहे. एखादी दोरी आणा आणि याचा शेवट करा.' त्यानंतरच त्याचा मृतदेह ऑपरेशन थिएटरमध्ये घेऊन या. आपण पेशंटची डेडबॉडी नातेवाईकाना न देता परस्पर विल्हेवाट लावू, असे म्हणून डॉक्टर निघून गेले. ते कर्मचारी नॉयलॉनची दोरी घेऊन आले. गळ्याभोवती दोरी गुंडाळली आणि दोन्ही बाजूने दोरी ओढण्यास सुरुवात केली. दोरी तुटून दोघे बाजूला पडले; परंतु पेशंट सुरक्षित जिवंत होता, अत्यंत भयभीत अवस्थेत कर्मचारी डॉक्टरकडे आले. डॉक्टर म्हणाले, 'असे कसे शक्य आहे. पुन्हा तिघेजण पेशंटजवळ आले. खिडकीतून पाहिले. आत खोलीत गेले. यावेळी मात्र पेशंट जिवंत असून चेहरा व शरीर एका वेगळ्या अवस्थेत दिसले. लम्पी आजार जनावरांना होतो. तसे फोड चेहऱ्यावर व शरीरावर दिसले. डॉक्टर अत्यंत घाबरले. घाबरलेल्या अस्वस्थेत डॉक्टर म्हणाले, 'जर या पेशंटला परमेश्वरच वाचवू इच्छित असेल तर आपण

कोण त्यांना ठार मारणारे? चला खोली बंद करा व ऑपरेशन थिएटरकडे चला.' सर्वांनी तेथून काढता पाय घेतला.दुसऱ्या दिवशी शामले याला जाग आल्यानंतर पाहिले तर त्याच्यासमोर एक देवदूत उभा होता. रात्रीचा सर्व प्रकाराचे त्याने सचित्र दर्शन घडवले आणि म्हणाला, 'तुला तीन महिन्यांपूर्वी गुरुमंडलात दाखवले होते, त्यानुसार इथे तुझे पुण्य संपले. आता पापाची यातना सहन करण्यासाठी म्हणून तू जिवंत आहेस, त्यासाठी तू सज्ज राहा.'

त्या रात्री कर्मचाऱ्यांनी ऑक्सिजन पुरवठा बंद करण्याचे ठरवले त्यावेळी श्यामलेंची शोध शक्ती जागृत झाली. त्यामुळे त्याची श्वसनव्यवस्था नाकाऐवजी त्वचेमार्फत सुरू झाली. याला परमेश्वराचा चमत्कार म्हणावा लागेल. नाकावर उशीचा दाब दिला त्याचा फायदा पेशंटला झाला, श्रवणशक्ती जागृत झाली. त्वचेमार्फत श्वसन सुरू असताना उशीचा दाब पेशंटला काहीही करू शकला नाही. दोरीने गळा आवळण्याचा प्रयत्न केला त्यावेळी गळ्याभोवती गुंडाळलेली दोरी क्षीण झाली व दोघेही बाजूला पडले. विज्ञानाच्या पलीकडे बरेच काही असते हे दाखवण्यासाठी त्वचेवरील सर्व स्नायूचे केंद्रक वायूने भरून त्वचेबाहेर पडले. त्यामुळे संपूर्ण शरीरावर फोड आले होते. दुसरे दिवशी सकाळपर्यंत सर्व केंद्रक पूर्ववत झाले आणि केंद्रकातील वायू स्नायूमध्ये पसरवला. त्यामुळे पेशंटच्या चेहऱ्यावर पुन्हा तेज निर्माण झाले. याला 'परमेश्वराचा चमत्कार' म्हणतात

पाप संकल्पना

शामले याने स्वतःच्या कृतीने इतरांना त्रास देण्याचे पातक आयुष्यभर केले. त्यामुळे इतरांना त्याचा प्रचंड त्रास झाला.

१) जातीयवाद : स्वतःची जात सर्वश्रेष्ठ असून इतर जातीवर बौद्धिक आघात करून त्याचे आस्तित्व नष्ट करणे. फक्त भारतात दोन जाती आहेत. फक्त ब्राह्मण आणि शूद्र. कालांतराने शूद्रांच्या अनेक उपजाती आपल्या पूर्वजांनी करून ठेवल्या आहेत. त्या ज्ञानाचा उपयोग करून जतन करून ठेवणे. एखादा व्यक्ती बुद्धिमान आणि कर्तृत्त्ववान असला तरी तो जन्माने शूद्र वर्गातील असल्याने त्याला कमी लेखणे, वेळोवेळी त्याला जातीवरून हीनतेची वागणूक देणे.सामाजिकदृष्ट्या कमी प्रतिष्ठा असलेल्या जात प्रवर्गातील सहकाऱ्यांना एखाद्या कारस्थानात अडकवून त्याला आपले पद सोडण्यास भाग पाडणे. शामले याने समाजातील कनिष्ठ प्रवर्गातून आपल्या बुद्धीच्या जोरावर नोकरी मिळवलेल्या तीन कर्मचाऱ्यांना कटकारस्थान करून नोकरी गमावण्यास भाग पाडले.

२) तरुण वयातील शिक्षकाला आपल्या पत्नीच्या सहकार्याने एका विद्यार्थिनीच्या प्रेमाच्या जाळ्यात अडकवले आणि त्याला नोकरी गमावण्यास भाग पाडले. त्याची शिक्षा त्याच्या पत्नीलाही जिवंतपणे घडलीच. तिला स्तनाच्या कर्करोगाचे निदान झाले. ऑपरेशनदरम्यान तिचे एक स्तन काढून टाकले गेले. गैरकामांमध्ये हातभार लावण्याची शिक्षा म्हणून ती महिला जिवंतपणीच अनेक यातना भोगताना दिसत आहे. कनिष्ठ प्रवर्गातून आलेल्या कर्मचारी, सहकारी यांना काही आर्थिक लाभ मिळत असतील तर ते न मिळण्यासाठी शामले हा नेहमीच प्रयत्न करत असे.

३) **अधिकाराचा गैरवापर :** शाळेच्या एका विभागात पर्यवेक्षक म्हणून नियुक्ती असून संस्थेच्या कामासाठी बाहेर जात आहे, असे सांगून घरी जाऊन विश्रांती घेणे रोजचा शासनाचा पगार रुपये तीन असताना तीन पैशाचेही शाळेचे न करता मुख्याध्यापिकेला हाताशी धरून रात्री आठपर्यंत कट-कारस्थानच्या मीटिंग करत असे.

४) अयोग्य सल्ला देणे : सामाजिक आरक्षणाचा लाभ मिळून एखाद्या कनिष्ठ जात प्रवर्गातील व्यक्ती तो काम करत असलेल्या शाळेतच नाही तर शेजारच्या शाळेतदेखील नोकरीस लागला तरी त्याला नोकरीतून कसे काढून टाकावे यासाठी तो कटकारस्थान करत असे. असाच एक प्रसंग. तो ज्या शाळेत शिक्षक होता, त्याच परिसरात आणखी एक शाळा होती. या शाळेत सामाजिक आरक्षणाचा लाभ मिळून एखाद्या कनिष्ठ जात प्रवर्गातील व्यक्ती शिक्षक म्हणून नोकरीस लागली. तो केवळ खालच्या जात प्रवर्गातील आहे म्हणून शाळेतून काढून टाकण्याबाबत संबंधित शाळेच्या मुख्याध्यापकाचे शामलेने कान भरले. त्यासाठी काय करायचे याबाबतचा सल्लाही त्याने दिला. त्यानुसार केलेल्या कटकारस्थानात त्यासाठी रूपाने सुंदर असलेल्या शिक्षिकेला सामील करून घेतले. संबंधित शिक्षक स्टाफरूममध्ये बसलेला असताना त्या शिक्षिकेने संबंधित शिक्षकाशी 'पतीशी होत असलेले शारीरिक संबंध आणि त्यातील असमाधान' या विषयावरून चर्चेला सुरुवात केली आणि आपल्याशी संबधित शिक्षक स्टाफरूममध्ये अश्लाघ्य वर्तन आणि अश्लील बातचीत करत असल्याचा कांगावा केला. त्या शिक्षिकेने अगदी रडत असल्याचा बनाव करत मुख्याध्यापकांकडे तक्रार केली. मुख्याध्यापकांनी त्या शिक्षकास बोलावले व घडलेला प्रकार लिहून देण्यास सांगितला. दोन दिवसांनी त्या शिक्षकाचा राजीनामा लिहून घेतला व त्याला घरी पाठवले.

४) मित्राकडून झालेले सहकार्य विसरणे व त्याला अडचणीत आणण्याचा

प्रयत्न करणे.

ही ठळक पापे नोंद केली आहेत. परमात्म्याच्या न्यायात एरर नसतो. त्याप्रमाणे त्याला पुढीलप्रमाणे नरक यातना परमात्म्यांनी देण्याची व्यवस्था केली.

प्रामुख्याने बॉडी ओरिएंटेड लोकांकडून अशा प्रकारचे पाप होते. हॉर्ट ओरिएंटेड लोक अशा प्रकारचे पाप करत नाहीत. त्यांना इतरांबद्दल प्रेम असते, माया असते, अपघात त्यांच्यासमोर झाला, तर ते त्यांना वाचवण्याचा प्रयत्न करतात.गरजूंना मदत करतात. वृद्धांची सेवा करतात. आपल्याकडील अधिकाराचा चांगल्या कामासाठी करतात.

नरक यातना : सायंकाळचे सात वाजले होते. शामले कॉटवर झोपलेला होता. चार देवदूत त्यांच्यासमोर उभे राहिले आणि म्हणाले, 'इथून पुढे अकरा दिवस तुला जन्मात केलेल्या पापाची शिक्षा भोगायची आहे. तयार रहा म्हणून अदृश्य झाले. शामलेच्या चार शोधशक्ती जागृत झाल्या. त्याला वयाच्या तिसाव्या वर्षात असल्याचा भास झाला.

शिक्षेस पात्र असणारे पाप

१) स्वतःच्या ज्ञानाचा दुरुपयोग.

२) इतरांच्या यशात अडथळा निर्माण करणे.

३) जातीय भेदाभेद.

४) विश्वासघात, स्वार्थासाठी खोटे बोलणे.

५) एखाद्याची नोकरी टिकवण्यासाठी मदत न करता ती नोकरी घालवण्यासाठी मदत करणे.

६) मदत करणाऱ्याला विसरणे.

७) आपण या शाळेचे नोकर आहोत, हे विसरून मालक असल्याचे भासवणे.

८) एखाद्याचे प्रमोशनचे काम असल्यास कोर्टात जाण्याचा सल्ला देऊन खर्चात पाडणे.

९) आपले मत लोकांवर लादणे.

समोरच्या व्यक्तीला होणारा भास

१) त्या व्यक्तीची मानसिकता बिघडते.

२) ती व्यक्ती असह्य मानसिक ताणात राहते.

३) ती व्यक्ती नैराश्यात जाते.

४) त्याला एकाकी पडल्याची जाणीव होते.

५) त्याच्या मनात सतत भीती राहते.

न्यायदेवतांची टिपणे

समोरच्या व्यक्तीला एकाकी पाडल्यामुळे मदतगार मित्र नाही. सतत भीतीत जगावे लागल्यामुळे अन्नग्रहण कमी होते. त्यामुळे प्रकृती बिघडते. शिवाय मानसिक शारीरिक त्रास सुरू होतो.

शिक्षा तीन विभागांमध्ये सुरू होते. शरीरातील सर्व पेशींचे केंद्रक पंक्चर होतात. त्यामुळे प्रत्येक पेशीमध्ये वेदना सुरू होऊन सर्व इंद्रियसंस्था अनियमित होतात. मेंदूच्या विचारशक्तीवर अधिक ताण पडतो. त्यामुळे शिक्षेला सुरुवात पायापासून मांडीपर्यंत होते. वेदनेमुळे पायाची आदळाआपट होते. तीन दिवसांनी कंबरेपासून मानेपर्यंत वेदना व त्याची कारण पश्चाताप, नंतरचे तीन दिवस मेंदूच्या सर्व शाखा बाधित होतात. त्यामुळे डोके आपटणे, केस ओढणे सुरू होते. शेवटचे संपूर्ण शरीर, इंद्रिये, मन, मेंदू शिक्षेच्या अधीन होऊन त्यातच मृत्यू ओढावतो. हा परमात्म्याचा न्याय असतो आणि पुढील जन्म पुन्हा या शिक्षेसाठी पात्र ठरतो.

या व्यक्तीचे पाप भरपूर होते. त्यामुळे पुण्य केलेले सुख भोगण्यातच आयुष्य गेले. त्यामुळे पापाच्या नरक यातना देण्यास अवधी कमी पडला म्हणून या जन्मात नरकयातनेची थोडीशी झलक पाहायला मिळाली. मी ॲस्ट्रल बॉडीत असल्यामुळे त्याच्या ॲस्ट्रल बॉडीतून फिजिकल बॉडी पाहता आली. शिक्षेचे स्वरूप प्रत्येक इंद्रियावर होते. मेंदूवरील शिक्षा पाहणे असह्य झाले. म्हणूनच मी वाचकाचे मन विचलित होऊ नये म्हणून थोडक्यात वर्णन केले. ज्या खोलीत शामलेचे शरीर होते, त्या खोलीत अत्यंत दुर्गंधी होता. त्याचाच मूत्र-मैला खोलीत पडलेला होता. त्यावर माशांचा थवा पाहवत नव्हता. एवढे बाहेरून आणि स्वच्छ हॉस्पिटल असताना तेथे माशांनी कसा प्रवेश केला, हा एक आश्चर्याचा भाग होता. शिक्षेला सुरुवात झाली. त्यावेळी तो पाय आपटत होता. म्हणून कर्मचाऱ्यांनी दोन्ही हात-पाय कॉटशी बांधून ठेवले होते. त्यातच त्याचा मृत्यू झाला. त्याच्या फिजिकल बॉडीतून ॲस्ट्रल बॉडी बाहेर येताच माझी ॲस्ट्रल बॉडी एवढ्या लांबचा प्रवास क्षणात करून माझ्या फिजिकल बॉडीशी समरस झाली. माझी समाधी अवस्था संपली आणि मी जागृत झालो. सकाळचे सहा वाजले होते. झोपेतून जागे झाल्यासारखे वाटू लागले.

यात मला माझ्या दोन शंकाचे समाधान करता आले नाही. मी ध्यान अवस्थेत त्याचा मृत्यू अनुभव पाहिला. हे झोपेतील स्वप्न का असू नये? दुसरी शंका माझे मानसशास्त्रीय विचार एवढे पुढे गेले होते की, केव्हाही माझे विचार भूतकाळात, वर्तमानकाळात, भविष्यकाळात भ्रमण करत होते. त्यामुळे घडलेला

प्रकार 'मानसशास्त्रीय विचार' का नसावा, याचा विचार मनात येतो मात्र त्याची चिकित्कसा करता येत नाही.

सामान्य माणसाप्रमाणे असे पाहिलेले प्रकार फक्त चाळीस दिवसच माझ्या लक्षात राहतात. त्यामुळे हे लिहून ठेवले आहे. यावर पुढे कोणीतरी निश्चितच संशोधन करेल, याची मला खात्री वाटत आहे.

जय परमात्मा

***

संदर्भ सूची

१. अध्यात्म -लिखित पुस्तक नाही. (साधना)
२. वाल्मिकी रामायण
३. ऋग्वेद
४. बायबल
५. कुराण-ए-शरीफ
६. मनुस्मृती
७. गुगल, यूट्युब चॅनेल
८. समाज, अंधश्रद्धा
९. डॉ. नरेंद्र दाभोळकर चरित्र

लेखक परिचय

जगन्नाथ केशव माने

शिक्षण : एम.ए. (इंग्रजी) बी.एड्. (इंग्रजी-इतिहास)

व्यवसाय : निवृत्त माध्यमिक शिक्षक

छंद : वाचन, लेखन आणि अध्यात्मविषयक चिंतन

इतर : सेवेत असताना शिक्षक संघटनेत सक्रिय सहभाग

मृत्यूनंतर न्यायनिवाडा करणाऱ्या सर्वोच्च न्यायालयातील स्थायी आणि अस्थायी सदस्यांची छायाचित्रे

मुख्य देवता परमात्मा

परमात्मा - सर्वोच्च न्यायालय - अस्थायी सदस्य

डेव्हिड ल्यू (इस्त्राईल)

वाल्मिकी (भारत)

भगवान महावीर (भारत)

राणी पद्मावती (भारत)

विल्यम शेक्सपिअर (इंग्लंड)

अबु बक्र इस्लामी

परमात्मा - सर्वोच्च न्यायालय - स्थायी सदस्य

अलेक्स ऑर्बिटो

भगवान गौतम बुद्ध

आचार्य रजनीश (ओशो)

भगवान येशू ख्रिस्त

ॲलेक्स बीटीशाईन

बिनटाक्याचे ऑपरेशन (Healing Opration)

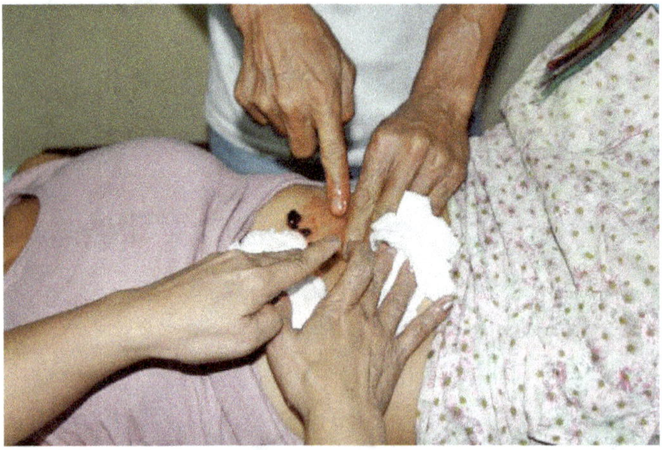

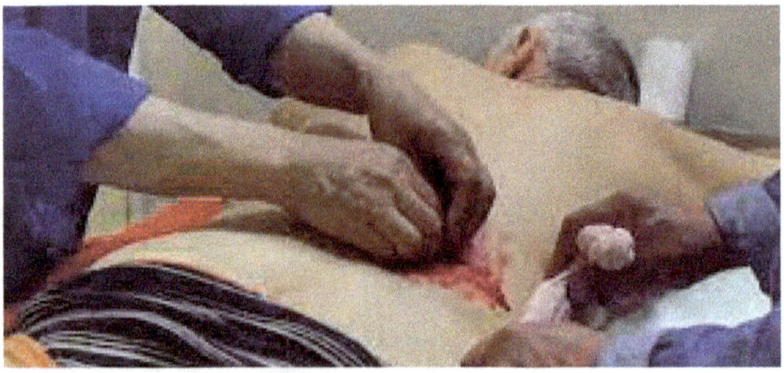

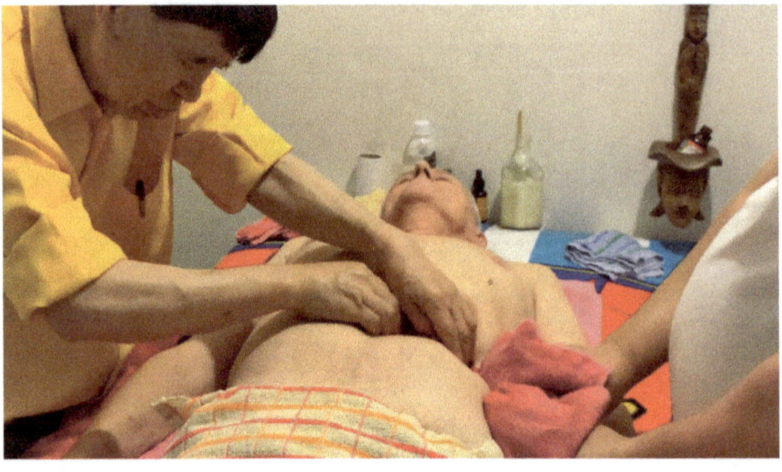

पुस्तक प्रकाशित करणं झालं सोपं

अर्थात

#AnyoneCanPublish

अंतर्गत प्रकाशित झालेली पुस्तकं

अ.क्र.	पुस्तकाचे नाव	लेखकाचे नाव	विषय/ कॅटेगरी	किंमत
१.	पौर्णिमेच्या कथा	चिंतामणी देशपांडे	ललित	१३०/-
२.	मनाच्या आरश्यात	प्रिया खैरे पाटील	ललित	२४०/-
३.	दृष्टी	कांचन शेंडे	ललित	१९०/-
४.	चित्रकर्मी	आशिष निनगुरकर	ललित	२९९/-
५.	माझी भटकंती	दिलीप वैद्य	ललित	१५०/-
६.	कृष्णं वंदे जगद्गुरूम	श्यामसुंदर राठी	ललित	१९९/-
७.	केशव-लक्ष्मी कृपा	राधिका श्रीराम घोरपडे	ललित	१३०/-
८.	गंधाळलेली फुले	यशवंत पाटील	ललित	१९०/-
९.	भवताल	मनीषा आवेकर	ललित	१८०/-
१०.	अभिनयांकित	जयश्री दानवे	ललित	२५०/-
११.	फुलांच्या दुनियेत	मृणाल तुळपुळे	ललित	१७०/-
१२.	मुरडण	बालाजी मदन इंगळे	ललित	१३०/-
१३.	कवडसे	डॉ. अरविंद वैद्य	ललित	३५०/-
१४.	राम तोचि विठ्ठल	शीला देशमुख	ललित	१५०/-
१५.	भावबंध	मोहन सरडे	ललित	१७०/-
१६.	फुलबाग	सुरेश गर्जे	ललित	१२०/-
१७.	पैसा, पैसा आणि पैसा	सुरेश गर्जे	ललित	१७०/-
१८.	भारतभर सायकलभ्रमण	दत्तात्रय मेहेंदळे	ललित	३७०/-
१९.	आहे सुगम तरी...	विजय श्रोत्रिय	ललित	२२०/-
२०.	हे जीवन सुंदर आहे	मंगेश चौधरी	ललित	२५०/-
२१.	'च' कशाचा	अरुंधती लोंढे	ललित	१८०/-
२२.	मनतरंग	प्रिया खैरे पाटील	कविता	१३०/-
२३.	आत्मसंवाद	रमेश राठोड	कविता	१३०/-

२४.	साद	पुष्पा तारे	कविता	१६०/-
२५.	वाट चालता चालता	पुष्पा सराफ, रोशनी सराफ, नक्षत्रा सराफ	कविता	१३०/-
२६.	पाऊलवाटेवर चालताना	सुचेता अवसरे	कविता	१३०/-
२७.	बापा तुझं आभाळ	हनुमंत भवारी	कविता	१३०/-
२८.	प्रपात	प्रणव लेले	कविता	१२५/-
२९.	बासरी	किरण वेताळ	कविता	१२५/-
३०.	भरून येणाऱ्या डोळ्यांतून	अरुणकुमार जोशी	कविता	१२०/-
३१.	An Eternal	Dr. Arjun Shirsath	कविता	140/-
३२.	चैत्रपालवी	चैत्राली कुळकर्णी	कविता	१८०/-
३३.	काट्यातले मोरपीस	अरुण कटारे	कविता	१८०/-
३४.	पालवी	काशीराम बोर	कविता	१३०/-
३५.	अंतरंग सावल्यांचे	सदाशिव शेंडे	कविता	१९०/-
३६.	कोवळी पाने	संदीप काळे	कविता	१२५/-
३७.	सप्रेम	अर्जुन शिरसाठ	कविता	१४०/-
३८.	साष्टांग	अर्जुन शिरसाठ	कविता	१४०/-
३९.	माणूस म्हणून जगा	उदय माळगावकर	कविता	२६०/-
४०.	जीवन प्रवाह	दीपक भोजराज	कविता	२६०/-
४१.	मुक्तछंद	डॉ. स्मिता झंवर	कविता	१२०/-
४२.	काव्यसुधा	प्रकाश निर्मळे	कविता	१२०/-
४३.	तळ धुंडाळताना	ज्योती जोशी	कविता	२५०/-
४४.	नेत्र हवे मज	गोविंद कुळकर्णी	कविता	१९९/-
४५.	स्वर व्यंजनी	प्रसाद पाठारे	बालकविता	१२०/-
४६.	बाकी काही नाही	किरण वेताळ	कविता	१९९/-
४७.	उतरंड	उत्तमा पेठकर	कविता	१६९/-
४८.	रुपक कथा	शशांक देव	कथा	९९/-
४९.	मोलाची ठेव	कृष्णा पाटील	कथा	२२८/-
५०.	छोड अकेला फिर जाओ	उर्मी रुमी	कथा	१७०/-
५१.	धूमधडाका	मयूरेश कुलकर्णी	कथा	२३०/-
५२.	ठिकरीची फोडणी	अशोक कांबळे	कथा	१९०/-
५३.	वाटणी	कृष्णा पाटील	कथा	२५०/-

५४.	कर्मफल	काशीराम बोरे	कथा	१८०/-
५५.	गंधाळलेली फुले	प्रा.डॉ.यशवंत पाटील	कथा	१९०/-
५६.	गढीवरच्या आईसाहेब	प्रा.डॉ. यशवंत पाटील	कादंबरी	१५०/-
५७.	द्रौपदीबाई पठाण	प्रिया गोगावले-विखे	कादंबरी	१६०/-
५८.	रुबाब	अमोल सोंडकर	कादंबरी	१४०/-
५९.	घेरं	वासुदेव डहाके	कादंबरी	६७०/-
६०.	होम मिनिस्टर	युवराज कोरे	कादंबरी	१८०/-
६१.	तडजोड	निवृत्ती जोरी	कादंबरी	४९९/-
६२.	एक होती यशोदा	सुनील पांडे	कादंबरी	१२५/-
६३.	व्यक्तिमत्त्व विकासाचा कोलाज	विनोद बिडवाईक	सेल्फ हेल्प	२००/-
६४.	स्वयंविकासाची स्वयंप्रेरणा	विनोद बिडवाईक	सेल्फ हेल्प	२२०/-
६५.	शिवसूत्र	योगेश क्षत्रिय	सेल्फ हेल्प	२९०/-
६६.	Vitality in human resource	Vinod Bidvaik	सेल्फ हेल्प	299/-
६७.	Holistic approach	Vinod Bidvaik	सेल्फ हेल्प	120/-
६८.	महासत्तेच्या वाटेवर	युवराज कोरे	माहितीपर	१४०/-
६९.	इंडिया डायरी	प्रमोद देशपांडे	माहितीपर	२००/-
७०.	India Dairy	Pramod Deshpande (English)	माहितीपर	240/-
७१.	कचराकोंडी ते पंधरा कोटी	सतीश वैजापूरकर	माहितीपर	१८०/-
७२.	रेन वॉटर हारवेस्टींग	प्रवीण खांडवे	माहितीपर	१९९/-
७३.	ईशोपनिषद	सुरेश गर्जे	अध्यात्म	१५०/-
७४.	रामराज्य	सुरेश गर्जे	अध्यात्म	१७०/-
७५.	तुका आकाशाएवढा	सुरेश गर्जे	अध्यात्म	२२०/-
७६	Unalome	Shweta Bharati	अध्यात्म	250/-
७७.	दिव्य प्रवचनामृत	रविंद्र कांबळे	अध्यात्म	१४००/-
७८.	शिंपल्यातील मोती	अंजना चौगुले-चावरे	चरित्र	१९९/-
७९.	विवेकवेल	वसंत गायकवाड	चरित्र	४९९/-
८०.	Karmaveer Bhaurao Patil : Life and work of a rebel	Bharat Kavathekar	चरित्र	190/-

८१.	द जेनेटिक वेडिंग रिंग	मंदार मुंडले	नाटक	९९/-
८२.	The genetic wedding ring	Mandar Mundale	नाटक	99/-
८३.	महाविनाशाची पदचिन्हे	भाऊराव मुळे	नाटक	४९९/-
८४.	कोकणचे पारंपरिक खेळे	गोविंद कुळकर्णी	नाटक	२३०/-
८५.	प्रवासातून प्रबोधन	श्रीराम भास्करवार	प्रवासवर्णन	१९०/-
८६.	माझा युरोप प्रवास	अशोक केसरकर	प्रवासवर्णन	२८०/-
८७.	लंडन डायरी	रूपाली पाटील-मिरासदार	प्रवास	२२५/-
८८.	गिर्यारोहण	विजय देवधर	प्रवास	१५०/-
८९.	ओवीरूप भगवद्गीता	आर. जी. पाटील	तत्त्वज्ञान	८७०/-
९०.	ऋग्वेद अर्थसार	बापू कुंभार	तत्त्वज्ञान	४७०/-
९१.	आरोग्यधाम	बी. के. तेली (चौधरी)	आरोग्य	१५०/-
९२.	एक कण आयुर्वेदाचा	वैद्य रमा खटावकर	वैद्यकीय	२९९/-
९३.	Andra Recipe	Vijaya Lakshmi	पाककला	990/-
९४.	संपूर्ण दीपरामायण	दीपक करंदीकर	महाकाव्य	१४९९/-
९५.	भुकेलेल्या देशाची कृषि महासत्तेकडे वाटचाल	अनिल शिंदे	सामाजिक	२६०/-
९६.	'जागृती'तून जागृतीकडे	जयश्री काळे	सामाजिक	३८०/-
९७.	We are the quarry, fate is the Hunter	Prasad & Shubhada Godbole	Non-fiction	299/-
९८.	Rede an Das Gewissen	Dr. Rajendra Padture	Spiritual (Translation)	499/-
९९.	Incremental learning of Electricity Smart Meter Data	Archana Y. Chaudhari Preeti Mulay	टेक्निकल	850/-
१००.	अक्षर ओळख	ज्योत्स्ना पास्ते	शैक्षणिक	१९९/-

www.ingramcontent.com/pod-product-compliance
Lightning Source LLC
LaVergne TN
LVHW010758051026
849532LV00007B/2405
* 9 7 8 9 3 4 8 0 4 8 1 2 7 *